தொண்டர் குலம்

தமிழ் சினிமா
உதவி இயக்குநர்களுக்கான கையேடு

இது ஒரு
மெட்ராஸ் பேப்பர்
தயாரிப்பு

தொண்டர் குலம்

ராஜேஷ் பச்சையப்பன்

மெட்ராஸ் பேப்பர்

Title: Thondar Kulam
Author's Name: Rajesh Pachaiyappan
Copyright © Rajesh Pachaiyappan 2022
Published by MadrasPaper

All rights reserved. No part of this publication may be reproduced, stored in a retrieval system, or transmitted, in any form or by any means, electronic, mechanical, photocopying, recording, psychic, or otherwise, without the prior permission of the publishers.

மெட்ராஸ் பேப்பர்
MadrasPaper
(An imprint of Zero Degree Publishing)
No. 55(7), R Block, 6th Avenue,
Anna Nagar,
Chennai - 600 040

Website: www.madraspaper.com
www.zerodegreepublishing.com
E Mail id: zerodegreepublishing@gmail.com
Phone: 89250 61999

Ezutthu Prachuram First Edition: December 2022
ISBN: 978-93-95511-33-9
TITLE NO MP: 11

Rs. 230/-

Layout: Vijayan, Creative Studio
Printed at Clictoprint, Chennai, India

சமர்ப்பணம்

கண்ணில் கனவுகள் மின்ன காத்திருக்கும்
சக தொண்டர் குலத்தவர்க்கு.

நன்றி

பா.ராகவன் *(எழுதச் சொன்னவர்)*
பாரதி முருகையன் *(எழுத வைத்தவர்)*

முன்னுரை

நீங்கள் நீண்ட நாட்களாக தயங்கித்தயங்கி ஓரக்கண்ணால் ரசித்துக்கொண்டிருந்த பேரழகி ஒருத்தி (ஒருதலைக் காதலியோ, க்ரஷ்ஷோ அல்ல. நிகர்வைத்துப் பார்க்கவே முடியாத அளவு பேரழகி) ஒருநாள் உங்களை நோக்கி வந்து, "நான் உங்களை காதலிக்கிறேன்" என்று சொன்னால் உங்களுக்கு எப்படி இருக்கும்? "சந்தோஷமாக இருக்கும்" என்று தானே நினைப்பீர்கள். ஆனால், உண்மையில் அந்த சந்தோஷம் சில நொடிகள் தான் நீடிக்கும். அதிர்ச்சியும் குழப்பமும் தான் அதிகமாக இருக்கும். "நம்மால் இந்த அழகை ஈடு செய்ய முடியுமா?" "எந்த தகுதியின் அடிப்படையில் நாம் தேர்ந்தெடுக்கப்பட்டோம்?" "நாம் இவளுக்கு ஏற்ற துணைதானா?" "நம்மால் இந்த வாய்ப்பை சரியாகத் தொடர முடியுமா?" போன்ற பல குழப்பக்கேள்விகள் நம்மை துளைத்தெடுக்கும்.

"மெட்ராஸ் பேப்பர்ல உதவி இயக்குநர்களுக்கு பயன்படுற மாதிரி ஒரு தொடர் எழுதனும். உங்களால முடியுமா?" என்று பா.ரா கேட்டதும் மேற்சொன்ன

குழப்பக்கேள்விகள் தான் என் மனதில் எழுந்தன. எதையும் வெளிக்காட்டிக் கொள்ளாமல் தலையை 'சம்மதம்' சொல்வது போல ஆட்டி வைத்தேன்.

திரைத்துறைக்குள் நுழைய முற்படும் போது உண்டான அனுபவங்கள். "இது கூட தெரிஞ்சி வச்சிக்காம டைரக்டர் ஆகனும்னு வந்துட்டியா" என்று குட்டு வாங்க வைத்த சினிமா பற்றிய அடிப்படைத் தகவல்கள். உதவி இயக்குநராக வேலை கிடைத்ததும் அங்கு பழக்கமான முன்னவர்கள் சொன்ன அறிவுரைகள்.

"இதையெல்லாம் முன்கூட்டியே யாராவது சொல்லி இருந்தால் சுதாரித்து இருக்கலாமே" என என்னையே நான் நொந்து கொண்ட பட்டறிவு பாடங்கள்.

ஒரு இயக்குநருக்கு தெரிந்திருக்க வேண்டிய சினிமா உருவாக்கத்தின் ஒட்டுமொத்த வேலைகள். (தொண்டர் குலத்தில் எழுதுவதற்காகவே குறிப்பெடுத்து படித்துப் புரிந்துகொண்டு, புரிந்ததை முயன்ற வரை எளிமையாக விளக்கியவை).

வெற்றியாளர்களிடம் கேட்டும் பார்த்தும் தெரிந்து கொண்ட 'வெற்றியடைய தேவையான தகுதிகள்'.

சலிப்பூட்டும் விடயங்களை சுவையானதாக மாற்ற, சில தகவல்பூர்வமான ஒப்பீடுகளும் உவமைகளும்.

"என்ன எழுதப் போகிறேன்" என்று எனக்கு நானே கேட்டுக்கொண்ட கேள்விக்கு கிடைத்த விடைகள் தான் மேற்சொன்னவை அனைத்தும். அந்த விடைகளின் விரிவாக்கம் தான் தொண்டர் குலம்.

ராஜேஷ் பச்சையப்பன்
rajeshpachaiyappa1994@gmail.com

பொருளடக்கம்

முன்னுரை 7
1. கனவுகளால் நெய்யப்படுபவர்கள் 11
2. என்ன செய்யப் போகிறாய்? 18
3. உண்மையும் உப்புமாவும் 30
4. ஆறு பேரைக் கடக்கும் கலை 40
5. கதை சொல்லிகள் 49
6. திரைக்கதை 56
7. உப்புமா கம்பெனிகள் 65
8. சிக்கனம் 73
9. உடம்ப கவனிங்க முதல்ல 80
10. தேன் வைத்தியம் 88
11. பத்து வீடு, பதினைந்து கல்யாணம் 95
12. ஒளி 102
13. ஒலி 110
14. தோல் பாவைகள் 117
15. எடிட்டிங் 125
16. ஒலியும் ஒளியும் 133
17. விஷுவல் எஃபெக்ட் 140
18. வியாபாரம் 147
19. என்ன ஆனார்? எங்கே போனார்? 154
20. பொறுப்புகள் 162
21. எருமையாக இருக்கும் கலை 169
22. சில அத்தியாவசியங்கள் 176
23. திறக்கட்டும் கதவுகள் 184

1. கனவுகளால் நெய்யப்படுபவர்கள்

விண்ணைத் தாண்டி வருவாயா திரைப்படம் பார்த்திருப்பீர்கள். அதில் சிம்பு தனது தந்தையிடம் தனது லட்சியத்தைப் பற்றிப் பேசுகிற ஒரு காட்சி வரும். வீதியில் வைத்துச் சொல்லுவார். தனது திரைக் கனவுகள் பற்றி. அதற்குச் செய்துகொண்டிருக்கும் ஆயத்தங்கள் பற்றி. எழுதி வைத்திருக்கும் கதைகள் பற்றி. அதுவல்ல முக்கியம். அவர் சொல்லி முடிக்கும்போது அந்த அப்பா கதாபாத்திரத்தின் முகத்தில் ஒரு மாறுதல் வரும் பாருங்கள். அது அதிர்ச்சியா, வெறுப்பா, அருவருப்பா, ஏமாற்றமா என்று சட்டென்று இனம் காண முடியாத ஒரு பாவனை. கணப் பொழுது முக மாற்றம்தான். ஆனால் இது உதவாது, வேலைக்கு ஆகாது, எனக்குப் பிடிக்கவில்லை என்று நீளமாகப் பேச வேண்டியதை அந்த ஒரு முகச் சுளிப்பில் சொல்லிவிடுவார்.

சினிமாக் கனவை சினிமாவில் வெளிப்படுத்தும் கதாபாத்திரம் எப்படியாவது முட்டி மோதி லட்சியத்தில் ஜெயித்துவிடும். நிஜத்தில் அது அவ்வளவு எளிதல்ல.

அதுவும் வறுமைக்கோட்டில் நைந்த கயிறு கட்டி ஊஞ்சலாடும் பொருளாதார நிலையைக் கொண்ட பெற்றோருக்குத் தனது மகன் இப்படி ஒரு கனவை வெளிப்படுத்தினால் வயிற்றில் புளியுடன் சேர்த்து வேறு சிலவற்றையும் கரைக்கும். அதையே ஒரு பெண் பிள்ளை சொல்கிறது என்றால் வேறு வினையே வேண்டாம். தகப்பனோ, தாயோ நெஞ்சைப் பிடித்துக்கொண்டு கீழே விழ நிறைய வாய்ப்புண்டு.

நான் ஒருத்தியை விரும்புகிறேன் அல்லது நான் ஒருவனைக் காதலிக்கிறேன் என்று வீட்டில் சொல்லும்போது உருவாகும் கலவரக் காட்சியினும் வீரியம் மிக்கதாக அது இருக்கும்.

இத்தனைக்கும் தனது கனவை, லட்சியத்தை வீட்டில் தெரியப்படுத்துவதற்கு முன் சம்பந்தப்பட்ட பையனோ பெண்ணோ மனத்துக்குள் ஒரு கோடி ஒத்திகை பார்த்திருப்பார்கள். சரியான சொற்களைத் தேர்ந்தெடுத்துத்தான் வெளிப்படுத்துவார்கள். ஆனாலும் கலவரம். ஆனாலும் எதிர்ப்பு. அங்கேயே குழி தோண்டி ஆசைக்கு அடக்க விழா நடத்திவிட அனைத்து ஆயத்தங்களும் உடனே செய்யப்படும்.

பெற்றோர்தான் அப்படியா என்றால் கிடையாது. உற்ற நண்பர்களே சங்கு வாத்தியம் வாசிக்க ஆயத்தமாகிவிடுவார்கள். செல்லமே படத்தில்

'எருமநாயக்கன்பட்டில இருந்து வரேன். சிம்ரன் கல்யாணம் பண்ணதான் வீட்ட விட்டு ஓடி வந்துருக்கேன்' என்று சொன்னவரை விவேக் நடத்திய அதே விதத்தில்தான் நண்பர்கள் நம்மை நடத்துவார்கள்.

டைரக்டர் ஆவுற மூஞ்சப்பாரு என்பதுதான் நமக்குக் கிடைப்பதிலேயே ஆகச் சிறந்த ஊக்கமாக இருக்கும்.

ஆனால் இவர்கள்தாம் முதலில் வேறு மாதிரி பேசியிருப்பார்கள்.

நல்லா கவித எழுதுற சினிமால பாட்டெழுத ட்ரை பண்ணலாம்ல?

நல்லா பாடுற. சினிமால பாட ட்ரை பண்ணலாம்ல?

நல்லா கீபோர்ட் வாசிக்குற. மியூசிக் டைரக்டர் ஆக ட்ரை பண்ணலாம்ல?

நல்லா கலரா அழகா சினிமா ஹீரோயின் மாதிரி இருக்க. போய் டிரை பண்ணித்தான் பாரேன்?

செமையா கத சொல்ற மச்சான். நிச்சயமா நீ சினிமால பெரிய ஆளா வருவ. பாரதி ராஜால்லாம் எப்டி வந்தாருன்னு நினைக்கற? கௌம்பிப் போடா.

இப்படி எல்லா 'நல்லா'க்களும் மேற்படி நண்பர்களிடம் இருந்துதான் முதலில் வரும். சரி இவ்வளவு சொல்கிறார்களே என்று புறப்பட்டால் உடனே மங்களம் பாடி உட்கார வைக்கப் பார்ப்பதும் அவர்களாகவே இருப்பார்கள்.

அச்சம்! ஒருவேளை பிசகிவிட்டால்? ஒருவேளை தோற்றுவிட்டால்? ஒருவேளை சொதப்பிவிட்டால்?

எதற்கும் நாம் காரணம் என்று இருந்துவிடக் கூடாது என்கிற பாதுகாப்புணர்வு.

ஆனால், எத்தனை பேர் கழுவி ஊற்றினாலும் இந்த கோட்டைச்சாமி தலைகீழாகத்தான் குதிப்பான் என்று விடப்பிடியாகத்தான் ஒவ்வொரு இளைஞனும் ஊரை விட்டுக் கிளம்புவான்.

ஒரு நிமிடம் யோசிப்போம். இந்த உலகில் வேறு எந்தத் துறையையும் இந்தளவு வெறித்தனமாக நேசிப்பவர்கள் கிடையாது. வெறும் ஆசை, கனவு,

லட்சியத்தை மட்டும் மூலதனமாகக் கொண்டு ஊரை விட்டு, வேரை விட்டு விலகி வருவோர் கிடையாது. சினிமாவில் மட்டும்தான் இது நடக்கிறது என்றால் என்ன காரணம்?

சினிமா நிறைய பணம் தரும். சினிமா நிறைய புகழ் தரும். இதுதானா? இவ்வளவுதானா?

முப்பது நாற்பது வருடங்களுக்கு முன்பு என்றால் இது சரி. உலகம் இன்றளவு விரிவடையாத காலம். இணையம் வராத காலம். வெறும் கனவைக் கொண்டு முழம் போட நினைத்திருந்தார்கள் என்றால் நியாயம். இன்று அப்படி இல்லையே? லட்சம் பேர் சினிமா ஆசையுடன் வந்தால் அதில் ஒருவர்தான் தேறி மேலே செல்வார் என்பது கடைக்கோடி கிராமத்தானுக்கும் இன்று தெளிவாகத் தெரியும். இங்கே வெல்வோரைவிடத் தோற்பவர்களே அதிகம் என்று தெரியாமல் யாரும் வருவதில்லை.

என்ன ஆனாலும் பரவாயில்லை, வாழ்க்கையையே பணயம் வைக்கிறேன் என்று இன்றும் நூற்றுக் கணக்கில், ஆயிரக் கணக்கில் இளைஞர்கள் கோடம்பாக்கத்தை நோக்கிப் படையெடுத்தபடியே இருக்கிறார்கள் என்றால் எது அவர்களை அப்படிச் செய்யத் தூண்டுகிறது? குறிப்பாக, இயக்குநர் ஆகும் கனவுடன் வருவோர் எண்ணிக்கையில் என்றுமே குறைவிருந்ததில்லை. இன்று வரை.

அது ஒரு மனநிலை. மாற்ற முடியாத மனநிலை. வெறும் கனவல்ல. மனத்துக்குள் ஊறி ஊறி கெட்டுப்பட்டுப் போயிருக்கும் கனவு. அத்தனை எளிதில் அது கரையாது. இங்கும் அங்கும் அலைந்து வாய்ப்புத் தேடிக்கொண்டே ஓய்வு நேரத்தில்

ஃபேஸ்புக்கில் கவிதை எழுதிக்கொண்டிருப்பார்கள். யாராவது சிலர் நன்றாக இருப்பதாகச் சொன்னால் புல்லரித்துவிடும். ஒன்று பத்தாகும். பத்து நூறாகும்.

ஒரு புக்கு போடு மச்சி.

அப்போதும் ஏற்றிவிட யாராவது உடனிருப்பார்கள்.

உங்க தொகுப்பு படிச்சேன். நல்லா எழுதறிங்க.

அதே ஃபேஸ்புக்கில் உலவும் யாராவது ஓர் இயக்குநர் ஒரு வரி எழுதிவிட்டால் முடிந்தது கதை.

அவரே வாய்ப்புத் தேடுபவராகவும் இருக்கலாம். எதிர்பாராத விதமாக அவருக்கு ஒரு வாய்ப்பு அமைந்து இருக்கலாம்.

சார், உங்ககிட்ட உதவி இயக்குநரா வரவா? வாய்ப்பு இருக்குமா?

இருக்கும். எவ்வளவோ பேருக்கு அப்படி ஆகியிருக்கிறது.

இன்னும் பல விதங்களிலும் வாய்ப்பு வரும். கதை சொல்லிப் பிடித்துப் போகலாம். கூடவே திரிந்து மனத்தில் இடம்பிடிக்கலாம். சிறுசிறு அவசரங்களுக்கு உதவி செய்து உடன் இருந்துகொள்ளலாம். வழியா இல்லை பூமியில்?

வேண்டியது ஓர் இடம்.

'உதவி இயக்குநராகிவிட்டேன்'.

அவ்வளவுதான். அந்த ஒரு சொல்லைச் சொல்வதற்கு ஒரு வாய்ப்பு கிடைத்துவிட்டால் போதும்.

'என் குடும்பத்துல எல்லாருமே சினிமா வெறியர்கள். ஒரு நாளைக்கு மூணு படம் கூட தொடர்ந்து பார்ப்போம். நான் உதவி இயக்குநர் ஆகப் போறேன்னு சொன்னப்ப எனக்கு எந்த எதிர்ப்பும் வரல.'

'அப்பாவோட ப்ரெண்டுதான் ப்ரொட்யூஸ் பண்றாரு. அதனால என்னை ஈசியா சேர்த்துக்கிட்டாங்க.'

'மாமாவோட கடைல வேலை பாக்குறேன்னு சென்னைக்கு வந்து, அவருக்கே தெரியாம ஆபீஸ் ஆபீஸா போய் வாய்ப்புத் தேடி, ஒரு வழியா உதவி இயக்குநர் ஆனதும் கடைக்குப் போறத நிறுத்திட்டேன். திரும்ப ஊர்ப் பக்கம் போனா செருப்படி கன்ஃபர்ம்.'

எத்தனையோ விதம். எப்படியாவது உள்ளே நுழைந்துவிடுவோர் இருக்கிறார்கள். அவர்களுடைய முன் கதைகள் ஏராளமாக இருந்தாலும் பயணம் தொடங்கிய பஸ் ஒன்றுதான். அனுபவங்கள் ஒன்றுதான். மிதிபடும் விதம் காலகாலத்துக்கும் ஒரே விதம்தான்.

ஒன்றை நினைவில் கொள்ள வேண்டும். உதவி இயக்குநர் ஆவதுதான் வாழ்வின் லட்சியம் என்று யாரும் வருவதில்லை. இயக்குநராவதுதான் லட்சியம். உதவி இயக்குநராகப் பணியாற்ற வாய்ப்புப் பெறுவது அதன் முதல் படி. அடிப்படையில் எல்லோர் மனத்திலும் இருக்கும் கனவு, இயக்குநர் நாற்காலியில் அமர்ந்து "ரோல் கேமரா ஆக்‌ஷன்" சொல்வது தான்.

ஆனால் அது அத்தனை எளிதல்ல. மிக நீண்ட பாதை. பாதையற்ற பாதையும்கூட. கடும் இருட்டில், பாதையற்ற பாதையில் எவ்வளவு தூரம் பயணம்

செல்ல வேண்டியிருக்கும் என்ற சரியான கணிப்பு இங்கு யாருக்கும் இருப்பதில்லை.

தவறான பாதையில் பயணம் சென்றால்கூட, தப்பித்தவறி எங்காவது ஒதுங்க ஓரிடம் கிடைக்க வாய்ப்புண்டு. ஆனால் சரியான பாதையாகவே இருந்தாலும் பயண தூரத்தையும், பாதையின் தன்மையையும் அறிந்துகொள்ளாமல் நடப்பது, பெரும் சிக்கலில் கொண்டு விடும்.

"ஒரே ஒரு மஞ்சப்பைய தூக்கிட்டு சென்னைக்கு வந்தேன்" என்று தொடங்கும் பல வெற்றியாளர்களின் கதைகளை எல்லாம் கேட்டுக் கேட்டு 'கொஞ்சம் முக்கி எகிறுனோம்னா வெற்றிக்கனிய பறிச்சிடலாம் போலயே' என்ற குருட்டு நம்பிக்கையோடு வண்டி ஏறி சென்னை வந்து இறங்குபவர்களுக்கு, வாழ்க்கை நடத்தும் முதல் பாடம் 'தங்குமிடம்' சம்பந்தப்பட்டது.

சென்னைக்கு வேலை தேடி வரும் ஊர், கிராமம், வட்டம், மாவட்டத்தைச் சேர்ந்த இளைஞர்களை ஒரு மாதமானலும் உடன் வைத்துக்கொள்ள ஆட்சேபம் தெரிவிக்காத சென்னை பேச்சுலர் ரூம்வாசிகள், 'சினிமால சேர வந்துருக்கேன்' என்று சொன்னால் மட்டும் 'ரூம் ஃபுல் மச்சி' என்று கூசாமல் சொல்லிவிடுவார்கள்.

சினிமாவில் ஓரிடம் என்பது உண்மையில் இரண்டாம் கட்டம்தான். வாய்ப்புத் தேட, கிடைத்த வாய்ப்பைத் தக்க வைத்துக்கொண்டு வேலை கற்க இங்கே சிக்கல் இல்லாத ஒரு தங்குமிடம் முதல் அவசியம் என்பதை உணர்வதற்குள் அவனது பயணம் அநேகமாகத் தொடங்கியிருக்கும்...

2. என்ன செய்யப் போகிறாய்?

சென்னைக்கு வந்து உதவி இயக்குநராக ஒரு வாய்ப்பும் கிடைத்துவிடுகிறது. கையோடு செய்து முடிக்க வேண்டிய முதல் பணி, தங்குவதற்கு உருப்படியாக ஓர் இடம் தேடிக் கொள்வது என்று பார்த்தோம்.

இது அவ்வளவு பெரிய விஷயமா என்றால் இதைவிடப் பெரிய விஷயம் வேறு எதுவும் கிடையாது.

ஏனெனில், பெரும்பாலான உதவி இயக்குநர்கள் கம்யூன் வாழ்க்கையையே தேர்ந்தெடுப்பார்கள். கிடைக்கிற அல்லது கிடைக்காமல் போகிற மிகக் குறைந்த சம்பளத்தைக் கொண்டு பிறகு மதன மாளிகையிலா குடியிருக்க முடியும்? இங்கே அங்கே பீராய்ந்து நான்கு நண்பர்களைத் தேடிக்கொண்டு, அவர்களுடன் ஒட்டிக்கொள்வதுதான் எளிய வழி.

தவறில்லை. தொண்ணூற்றொன்பது சதவீதம் பேர் இதைத்தான் செய்கிறார்கள். வேறு வழியும் இல்லை

என்றாலும் இப்படிப்பட்ட அச்சுவெல்ல அறைகளில் நிற்க, உட்காரக் கூட முடியாத இட நெருக்கடியில் வாழ்வோர், இயக்குநர் வாய்ப்புக் கிடைக்கும் வரை அப்படியே காலத்தை ஓட்டி விடலாம் என்று நினைப்பது சரியாக இருக்காது.

ஏனெனில், இருப்பிடம் என்பது பெரும்பாலும் மனநிலையுடன் தொடர்பு கொண்டது. அநேகமாக உதவி இயக்குநராக வேலை பார்க்கும் காலம் முழுவதும் பதற்றமும் அச்சமும் கவலையும் அவமானங்களும் பசியும் சோர்வும் மனத்தை ஆட்கொண்டபடியேதான் இருக்கும். வேலை முடித்து வீட்டுக்கு வரும்போது, அந்தச் சூழலாவது சிறிது ஆசுவாசம் தர வேண்டும்.

இல்லாவிட்டால் உருப்படியாக உட்கார்ந்து சிந்திக்கவோ, எழுதவோ முடியவே முடியாது. எல்லாம் பார்த்துக்கொள்ளலாம் என்றுதான் எல்லோரும் நினைப்பார்கள். தொண்ணூறு சதவீதம் பேர் தோற்றுப் போவதன் காரணம், இந்த 'அப்புறம் பார்த்துக்கொள்ளலாம்' என்கிற மனோபாவம்தான்.

சுருக்கமாகச் சொல்வதென்றால், வாழ்க்கை தரும் செருப்படிகள் வலிக்கத் தொடங்குவதற்கு முன்னால் ஒரு சில கதைகளையாவது உருவாக்கி, எழுதி வைத்துவிட வேண்டும். பின்னாளில் அவைதான் கைகொடுக்கும். செருப்படிக்குப் பழகிப் போய்விட்ட பின்பு மனம் மரத்துத்தான் போயிருக்குமே தவிர, புதிய கற்பனைகள், கதைகள் தோன்றாது.

ஒரு குறிப்பிட்ட காலம், கிடைத்த இடத்தில் தங்கிக்கொள்ளலாம். ஆனால் ஏதாவது ஒரு வழியில் ஒரு குறிப்பிட்ட வருமானம் (உதவி இயக்குநர் சம்பளம் தவிர) வரும்படிச் செய்துகொண்டு,

அதை வைத்து ஓரளவு சுமாரான, குறைந்தபட்சம் கும்பலில் கோவிந்தாவாக அல்லாமல், தனியாக ஒரு அச்சு வெல்ல அறையில் தங்கிக்கொண்டு, நம் சௌகரியத்துக்கு எழுத, படிக்க வசதி செய்துகொள்ள வேண்டியது மிகவும் அவசியம்.

எப்படி முடியும் என்றால் முடிந்துதான் தீர வேண்டும். வெளி நாடுகளில் கல்லூரிகளில் படிக்கும் மாணவர்கள், தங்கள் படிப்புச் செலவைத் தாங்களே ப்ளேட் கழுவி சமாளித்துக் கொள்வதாகக் கேள்விப்படுகிறோம் அல்லவா? அதுதான் இங்கும் வழி. ப்ளேட்தான் கழுவ வேண்டும் என்றில்லை. பத்திரிகைகளுக்குக் கதை எழுதலாம். கட்டுரை எழுதலாம். துணுக்குகள் எழுதலாம். ஓய்வுப் பொழுதுகளில் கதை விவாதங்களுக்குச் செல்லலாம். படப்பிடிப்பு இல்லாத நாள்களில் சிறிய அளவில் நிகழ்ச்சிகள் நடத்திக் கொடுத்து (Event Management) சம்பாதிக்கலாம்.

இதற்கெல்லாம் அடிப்படை, தொடர்புகளை உருவாக்கிக் கொள்வது. ஓர் உதவி இயக்குநரின் தொலைபேசியில் எத்தனை நூறு எண்கள் உள்ளன என்பது முக்கியம். அதில் எத்தனைப் பேர் நம் நலனுக்காக உதவ முன்வருவார்கள் என்பது அதனினும் முக்கியம். இதில் தவறே இல்லை. முடிந்த வரை நம்மைச் சுற்றி உள்ளவர்கள் மூலம் நம்முடைய சிறிய தேவைகளைப் பூர்த்தி செய்துகொள்வதில் தயக்கமே காட்டக்கூடாது.

இருக்கட்டும். வீடு விஷயத்தை இங்கே சிறிது நகர்த்தி வைத்துவிட்டு, உதவி இயக்குநராக ஒருவருக்குச் செய்ய இருக்கும் பணிகளைப் பார்ப்போம்.

ஒவ்வொரு நாளும் படப்பிடிப்பு தொடங்கி, ஓர் இயக்குநர் "ரோல் கேமரா, ஆக்ஷன்" என்று மைக்கில் உத்தரவிட்டவுடன் நடிகர்கள் நடிக்க ஆரம்பித்து, முழு நாள் வேலைகள் முடிந்து பேக்கப் சொல்லும் வரை உதவி இயக்குநர்கள் ஓடும் ஓட்டம் சிறிதல்ல. ஸ்டெப்ஸ் கணக்குப் போட்டால் ஒவ்வொரு நாளும் குறைந்தது முப்பது முதல் நாற்பதாயிரம் ஸ்டெப்ஸ் வரும். வேகத்தைக் கணக்கிட்டால், சந்தேகமில்லாமல் ஒலிம்பிக் தரம்.

இதில் எக்காலத்திலும் மாற்றம் இராது. ஏனெனில், இயக்குநர்தான் ஒரு படத்தை வடிவமைக்கிறார், ஜெயிக்க வைக்கிறார் என்றாலும் இயக்குநரின் ஆயுதங்களாக, கருவிகளாக நாளெல்லாம், மாதக் கணக்கில், ஆண்டுக் கணக்கில் - படம் வெளியாகும் வரை உழைத்துக்கொண்டே இருப்பவர்கள் உதவி இயக்குநர்கள்தாம்.

திரைப்படத் தயாரிப்பு என்பது பொதுவாக மூன்று கட்டங்களை உள்ளடக்கியது.

1. *Pre production* - முதற்கட்டத் தயாரிப்பு. கதை விவாதம், திரைக்கதை அமைப்பு, நடிக நடிகையர் தேர்வு, தொழில் நுட்பக் கலைஞர்கள் தேர்வு, லொக்கேஷன் பார்ப்பது என்று போகும்.

2. *Shooting* - படப்பிடிப்பு. இதற்கு விளக்கம் வேண்டாம்.

3. *Post production*- இறுதிக்கட்ட தயாரிப்புப் பணிகள். எடுத்து முடித்த படத்தை எடிட் செய்வது முதல், இசை சேர்ப்பது, மிக்சிங், க்ரேடிங் அது இது என்று ஆயிரத்தெட்டு சடங்கு சம்பிரதாயங்கள் இதில் உண்டு.

மேற்சொன்ன மூன்றில், ப்ரீ-ப்ரொடக்ஷன் என்னும் முன் தயாரிப்புப் பணியில், இயக்குநருடன் கதை விவாதம் செய்வதில் ஆரம்பித்து, திரைக்கதை வசனங்களைத் தட்டச்சு செய்து, அதை ப்ரிண்ட் அவுட் எடுத்து கதையை முழுமைப்படுத்தி ஸ்கிரிப்ட் புத்தகம் தயாரிப்பது முதல் உதவி இயக்குநர்களின் பங்கு தொடங்குகிறது.

கதையை முடித்த கையோடு அடுத்தக்கட்டப் பணியாக ஆரம்பிப்பது schedule தயாரிப்பது.

Script ஐ வைத்து எத்தனை நாள், எந்தெந்த லொகேஷனில் படப்பிடிப்பு நடத்தப்பட வேண்டும், நைட் ஷூட் எத்தனை நாட்கள் நடக்கும், டே ஷூட் எத்தனை நாட்கள் நடக்கும்; எந்தெந்த நடிகருக்கு எத்தனை நாள் கால்ஷீட் தேவைப்படும், யார் யாருக்கு, யார் யாருடன் காம்பினேஷன் சீன்கள் வரும் என்று ஒவ்வொரு அம்சத்தையும் கவனித்து எழுதி ஷெட்யூல் தயாரிக்க வேண்டும். இந்தக் கால அட்டவணையை வைத்துத்தான் படப்பிடிப்புக்கு ஆகும் செலவு திட்டமிடப்படும்.

தனக்கு இதெல்லாம் தேவை என்று இயக்குநர் சொல்லிவிடுவார். அவர் சொல்வதைக் கவனமாக உள்வாங்கிக்கொண்டு, கம்பெனிக்கும் அதிக செலவு வைக்காதபடி ஷெட்யூல் போடுவது ஒரு கலை. பயிற்சி பெற்ற, நீண்ட நாள் அனுபவம் மிக்க துணை இயக்குநர்கள் இதனைச் செய்துவிடுவார்கள். புதிய அணி என்றால் புதிய உதவி இயக்குநருக்கு நாக்குத் தள்ளிவிடும்.

படப்பிடிப்புக்கு முன்னால் நடக்கிற இந்தப் பணிகள் ஒப்பீட்டளவில் மெதுவாக நடப்பதாகச் சொல்லப்படும். ஆனால் ஷூட்டிங்

ஆரம்பித்துவிட்டால் பிசாசு வேகம்தான். படப்பிடிப்பு நடக்கும் நாட்களில் முதல் ஆளாக செட்டிற்குள் நுழைந்து கடைசி ஆளாக வெளியேறுவது உதவி இயக்குநர்கள் குழுவாகத் தான் இருக்கும்.

அப்படி என்ன செய்வார்கள் அங்கே?

1. க்ளாப் போர்ட் அடிப்பது.

படத்தின் பெயர், சீன் நம்பர், டேக் நம்பர் சொல்லி க்ளாப் போர்டை டக் என்று தட்டுவது. எடிட்டிங் செய்ய ஆடியோ & வீடியோ ஒருங்கிணைவுக்காகப் பயன்படுத்தப்பட்ட பழங்கால முறை இது. இந்த டிஜிட்டல் யுகத்தில் அவற்றின் தேவை இல்லாத போதும் க்ளாப் போர்ட் அடிப்பது ஒரு சடங்காக இன்றும் தொடரத்தான் செய்கிறது.

2. ஃபீல்ட் க்ளியர் செய்வது

ஃபீல்ட் என்பது கேமரா ஃப்ரேமுக்குள் வரும் பகுதி (இயக்குநர்கள் இரண்டு கைகளின் கட்டை &ஆள்காட்டி விரல்களை L போல வைத்து அதற்கு இடைப்பட்ட பகுதியைப் பார்ப்பது போலக் காட்டுவது இதைத் தான்). எடுக்கப்பட இருக்கும் ஷாட், கவர் செய்யும் முழு இடமும் ஃபீல்ட் எனப்படும். அந்த இடம் எதுவரை என்பதைத் தெரிந்து கொண்டு படப்பிடிப்பு நடந்துகொண்டிருக்கும் போது யாரும் குறுக்கே வந்துவிடாமல் பார்த்து கொள்வதுதான் ஃபீல்ட் க்ளியர் எனப்படும். மீறி யாராவது வந்து விட்டால் திரும்ப அந்த ஷாட்டை முழுக்க இன்னொரு டேக் எடுக்க வேண்டும். இயக்குநர் காறித்துப்பாத குறையாக (சில சமயம் துப்பி விட்டும்) திட்டுவார்.

3 எடிட் ரிப்போர்ட் எழுதுவது

கேமரா ரோல் ஆகும் நேரம் முழுக்க உதவி இயக்குநர்களில் ஒருவர் கேமராவுக்குப் பின்புறம் நின்று கொண்டு எடுக்கப்படும் ஒவ்வொரு சீன் மற்றும் ஷாட் நம்பரையும் நோட் செய்து அதில் ரீடேக் போன ஷாட்கள் எவை, ஓகே ஆன ஷாட்கள் எவை, பரவாயில்லை இருந்தாலும் ஒன்மோர் போகலாம் என்று இருந்தவை எவை என்று குறிப்பெடுக்க வேண்டும். இந்தக் குறிப்புகளை வைத்தே எடிட்டர் தன் வேலையை ஆரம்பிப்பார்.

4. சீன் பேப்பர் ப்ரிண்ட் எடுத்து தருவது

அன்றைய படப்பிடிப்பு முடிந்த கையோடு மற்ற துறையினர் அனைவரும் வீட்டை நோக்கிச் செல்லும்போது ஒரு கூட்டம் மட்டும் அடுத்த நாள் எடுக்க போகும் காட்சிகள் என்னன்ன? எத்தனைக் காட்சிகள் படமாக்கப்பட இருக்கின்றன? அதில் வசனம் பேசும் நடிகர்கள் எத்தனை பேர் என்றெல்லாம் கணக்குப் பார்த்துவிட்டு, அத்தனை பேருக்குமான வசனங்களை அச்செடுத்து அதை பத்திரப்படுத்தி விட்டே வீட்டை நோக்கி நகர வேண்டும். பரீட்சை அட்டையுடன் காணப்படும் உதவி இயக்குநர்கள் கைகளில் இருப்பது இந்த 'சீன் பேப்பர்கள்' தான்.

பட்ஜெட் படம் என்றால் இன்னும் சிறப்பு. ஒரே ஒரு இத்துப்போன ப்ரிண்டரும், கூடிய விரைவில் செத்துப் போகக்கூடிய ஒரு சிஸ்டமும் தரப்படும். அச்செடுத்து முடிப்பதற்குள் அச்சு முறிந்து விடும்.

இந்த வேலைகளுக்கு எல்லாம் அப்பன் ஒன்று உண்டு. அந்த வேலையைப்பற்றி வெகுஜன சினிமா ரசிகர்களே சமீப காலங்களில் கேள்விப்பட்டிருக்கக்கூடும்.

அது தான் *continuity* பார்ப்பது.

'Biggest movie mistakes' என்று பல யூ டியூபர்கள் கண்டுபிடிக்கும் குறைகள், பிழைகள் யாவும் இந்த கண்டினியூட்டி பார்க்கும் உதவி இயக்குநர்களின் கவனக் குறைவாலும் அதை கவனிக்காத (அ) கவனித்தாலும் கண்டுகொள்ளாத இயக்குநர்களாலும், எடிட்டர்களாலும் வருவது தான்.

ஆனால் அந்தக் குறைகளுக்கு முழு முதற்காரணம் உதவி இயக்குநர்கள் கோட்டை விடும் கண்டினியூட்டி சமாசாரங்கள்தான்.

Costume continuity

Property continuity

Action continuity

என்று இவை மூன்று வகைப்படும்.

Costume continuity

முதல் நாள் கதாநாயகி தன் வீட்டில் இருந்து கடத்தப்படும் காட்சி படமாக்கப்பட்டதும் அன்றைய நாளுக்கான படப்பிடிப்பு முடிந்து பேக்கப் ஆன பின்பு, முதல் கட்டப் படப்பிடிப்பு முடிந்து, திடீரென்று அந்தத் திரைப்படத்தின் இயக்குநருக்கும் தயாரிப்பாளருக்கும் வாய்த் தகராறாகி, படப்பிடிப்பு நிறுத்தப்பட்டு, அடுத்த ஆறு மாத சமாதானப் பேச்சு வார்த்தைகளுக்குப் பிறகு இரண்டாம் கட்டப் படப்பிடிப்புகள் ஆரம்பிக்கும். இதெல்லாம் எப்போதும் நடப்பதுதான்.

கடத்தப்பட்ட நாயகி வில்லனின் பங்களாவில் நாற்காலியில் கட்டப்பட்டு இருப்பாள்.

முதல் கட்ட படப்பிடிப்பில் கடைசி ஷாட்டில் கடத்தப்பட்ட கதாநாயகியின் தலை முடி கொண்டை போடப்பட்டு இருந்ததா? குதிரைவால் போடப்பட்டு இருந்தா?

முகத்தில் நீள்வட்டப் பொட்டு இருந்தா? வட்ட வடிவப் பொட்டு இருந்ததா?

கழுத்தில் இருந்த செயின் என்ன டிசைன்?

என்ன உடை அணிந்திருந்தார்?

கடத்தல்காரன்களுடன் போராடும்போது உடையில் எந்த இடம் கிழிந்து இருந்தது?

முகத்தில் எங்கேனும் காயம் இருந்ததா?

அந்த காயத்தின் அளவு என்ன? மேக்கப் எவ்வளவு போட்டிருந்தார், வியர்வை இருந்ததா, கழுத்திலா, கையிலா, நெற்றியிலா - அனைத்தையும் பார்க்க வேண்டும்.

ஏனெனில் படப்பிடிப்புதான் ஆறு மாத இடைவெளியில் நடக்கும். திரையரங்கில் படம் வெளியாகும்போது அது அடுத்த காட்சியாகவே வரும். பார்ப்பவருக்கு ஆறு மாதப் பிரச்னை தெரியாது அல்லவா?

நவீன கால உதவி இயக்குநர்களுக்கு கேமரா மொபைல் ஒரு வரப்பிரசாதம். எல்லாவற்றையும் படம் பிடித்து வைத்துக்கொள்ள உதவுகிறது. கடந்த காலங்களில் பேப்பரில் எழுதி வைத்து அவற்றைப் பாதுகாத்து அடுத்த முறை அந்தக் காட்சி படமாக்கப்படும்போது எடுத்துத் தரவேண்டும்.

Property continuity

புஷ்பா திரைப்படத்தில் செம்மரம் கடத்தும் கதாநாயகனை வழிமறித்துப் பேசும் காவல் ஆய்வாளர் அந்தக் காட்சி முழுக்க கையில் ஒரு டீ கிளாசை வைத்திருப்பார். ஒரே ஒரு ஷாட்டில் மட்டும் அவர் கையில் இருந்த டீ கிளாஸ் காணாமல் போய் மீண்டும் அடுத்த ஷாட்டில் அவர் கையில் இருக்கும்.

அந்த இயக்குநர் அதை நிச்சயம் எடிட்டிங்கின் போது கவனித்து இருப்பார். அப்போது property continuity பார்த்த உதவி இயக்குநருக்குத் தெலுங்கில் அர்ச்சனை நடந்திருக்கும்.

காரணம் அந்த டீ கிளாசை அந்தக்காட்சி முடியும் வரை அவர் கையில் இருப்பதை உறுதி செய்ய வேண்டியது ஓர் உதவி இயக்குநரின் வேலை தான்.

Action continuity

இரண்டுபேர்அருகருகிலோஅல்லதுஎதிரெதிராகவோ அமர்ந்து பேசுவது போல் படம் பிடிக்கப்படும் காட்சிகளில் ஒருவரின் கண்ணோட்டத்தின் இன்னொருவர் பேசுவது படமாக்கப்படுவதோடு இருவரும் ஒரே நேரத்தில் திரையில் தெரிவது போலவும் படமாக்கப்படும்.

ஒரே உரையாடல் குறைந்தபட்சம் மூன்று முறை படமாக்கப்படும். (எ.கா) விக்ரம் வேதா திரைப்படத்தில் மாதவனும் விஜய் சேதுபதியும் பேசிக்கொள்ளும் காட்சி.

இது போல ஒரே காட்சி பல கோணங்களில், தூரங்களில் இருந்து படமாக்கப்படும்போது அந்தக் காட்சியில் நடிக்கும் நடிகர் ஒவ்வொரு முறையும

தான் செய்யும் அசைவுகளை மாற்றாமல் அதே போலச் செய்ய வேண்டும்.

அடியாளின் வயிற்றில் எட்டி உதைத்து பறக்க விடும் கேப்டன் விஜயகாந்த் அந்த அடியாள் பறப்பது போல காட்டப்படும் காட்சியில் கேமராவுக்குப் பின் பக்கத்தைக் காட்டியபடி நிற்கும்போதும் அதே உயரத்தில் காலைத் தூக்கியபடி நிற்க வேண்டும்.

ஆங்கிலத்தில் *180° rule* என்று சொல்லப்படும் விதியைப் பயன்படுத்தி இது போன்ற காட்சிகள் படமாக்கப்படுகின்றன.

மற்ற இரண்டு கண்டினியூட்டிகளைப் போலல்லாமல் ஆக்ஷன் கண்டினியுடி அந்த ஷாட் எடுக்கும் அந்த நாளிலேயே கவனிக்கப்பட வேண்டியது.

ஆக்ஷன் கண்டினியூட்டி பெரும்பாலும் மானிட்டரில் அமர்ந்திருக்கும் இயக்குநர் (அ) இணை இயக்குநரின் கண்களிலேயே சிக்கிவிடும் என்றாலும் உதவி இயக்குநர்களில் ஒருவருக்கு அதுவும் வேலையாகத் தரப்படும்.

மேலே சொல்லப்பட்ட அனைத்தும் ஓர் உதவி இயக்குநருக்கு என்று வரையறுக்கப்பட்ட வேலைகளில் மிகச் சில மட்டுமே. பொதுவாக, வரையறைகளுக்கு உட்படாத பணிகளே அதிகம் இருக்கும். ஆபீஸ் பெருக்குவதில் ஆரம்பித்து, டிஸ்கஷனில் சிகரெட் வாங்கி வருவது வரை.

பால் காய்ச்சி டீ போடுவதில் இருந்து பாத்திரம் கழுவுவது, பாத்ரூம் கழுவுவது என உதவி இயக்குநர்கள் செய்ய வேண்டிய வேலைகளுக்குப் பட்டியல் கிடைப்பதில்லை. *tangled* படத்தில்

வரும் கார்ட்டூன் கதாநாயகியின் முடியை விட அது நீளமாகப் போகும்.

புடைவையில் நடிக்க வேண்டிய காட்சிக்கு வீட்டில் இருந்த ஜீன்ஸ் அணிந்து வந்துவிட்டு "என்கிட்ட *in skirt* இல்ல அதனால என்னால புடைவை கட்ட முடியாது" என்று நடிகை உட்கார்ந்துவிடுவார். பிறகு உதவி இயக்குநர்தான் கடை கடையாய்த் தேடி அவர் அணியப் போகும் புடைவையின் நிறத்திற்கு ஏற்ற நிறத்தில் உள்ளாடைகள் வாங்கி வந்து தரவேண்டியிருக்கும். வீட்டில் அம்மா காப்பிப்பொடி தீர்ந்துவிட்டது; போய் வாங்கி வா என்றால் முடியாது என்று அழிச்சாட்டியம் செய்த காட்சியெல்லாம் அப்போது நினைவுக்கு வந்து கொல்லும். ஒன்றும் செய்ய முடியாது.

இவ்வளவு வேலைகள் செய்தாலும் தமிழ் சினிமாவில் உதவி இயக்குநர்களுக்குத் தரப்படும் சம்பளம் கற்பனை செய்ய முடியாத அளவுக்குச் சொற்பமானது. படப்பிடிப்பு தளத்தில் உணவு பரிமாறும் ஊழியரின் சம்பளம் கூடப் பெரும்பாலான உதவி இயக்குநர்களுக்குக் கிடைப்பதில்லை.

இவ்வளவையும் சகித்துக்கொண்டுதான் அவர்கள் வேலை பார்க்கிறார்கள். ஒரே காரணம், ஜெயிக்கும் வெறி.

3. உண்மையும் உப்புமாவும்

"ராஜேஷ் பச்சையப்பன் உள்ள வாங்க."

ஆபீஸ் ரூமை அடையாளம் தெரியாமல் போய்விடுமோ என்று போர்டு அடித்து மாட்டியிருந்த அறைக்குள் இருந்து குரல் வந்தது.

உடனே கைவசம் கொண்டு சென்றிருந்த என் 'ரெஸ்யூம்' கோப்புடன் வேகமாக எழுந்து உள்ளே சென்றேன்.

அந்த அறையில் இரண்டு பேர் இருந்தார்கள். அதில் ஒருவரது முகம் எனக்குப் பரிச்சயமானது. திரைப்படங்களில் சிறு சிறு வேடங்களில் வருவார். பார்த்திருக்கிறேன். பிற்காலத்தில், நடிப்பது மட்டுமல்லாமல் அவர் வேறு என்னென்ன வேலைகள் செய்பவர் என்று தெரிந்துகொண்டது இங்கே அவசியமில்லை. அவருடன் இருந்த இன்னொரு நபரை எனக்கு அறவே தெரியாது.

"இவர்தான் டைரக்டர். — இன்னன்ன திரைப்படங்கள் இயக்கி இருக்கிறார்" என்று அவரை இவர்

அறிமுகப்படுத்தினார். அந்தப் படங்களில் ஒன்றின் பெயரைக் கேள்விப்பட்டிருக்கிறேன். ஆனால் பார்த்ததில்லை.

வழக்கமான நான்கைந்து கேள்விகள் கேட்கப்பட்டன. ஆனால்,

"என்ன படிச்சிருக்கீங்க?"

"வாசிப்பு பழக்கம் இருக்கா?"

"தமிழ் தட்டச்சு தெரியுமா?"

"பிடிச்ச சினிமா என்னென்?"

"பிடிச்ச இயக்குநர் யாரு?"

என்ற கேள்விகள் எல்லாம் இல்லை.

கல்யாண வீட்டில் பார்க்கும் தூரத்து சொந்தக்காரர் பதின் பருவத்தினரைக் கேட்கும் கேள்விகளே கொஞ்சம் வேறு மாதிரி கேட்கப்பட்டன. (அப்புறம் அம்மா அப்பாலாம் என்ன பண்றாங்க?)

பதில் சொல்லத்தான் செய்தேன். ஆனால் அவர்கள் கவனித்ததாகத் தெரியவில்லை. "சரி தம்பி, நாளைல இருந்து ஆபீஸ் வந்துருங்க. நல்லா கடினமா உழைச்சாத்தான் வாழ்க்கைல முன்னேற முடியும். நானெல்லாம் முப்பது படம் அசிஸ்டெண்டா இருந்துட்டுதான் என்னோட முதல் படத்த இயக்குனேன். சம்பளம்லாம் எதுவும் பெருசா எதிர்ப்பார்க்காம நல்லா உழைங்க. கண்டிப்பா நல்ல நிலைக்கு வருவீங்க" என்று கைகுலுக்கி விடைகொடுத்து அனுப்பி விட்டார். உலகில் வேறு எத்தனைப் பேருக்கு அவ்வளவு எளிதாக உதவி இயக்குநராகும் வாய்ப்பு அமையும்?

அடுத்த நாள்.

மணக்க மணக்கக் குளித்து, புத்தாடை அணிந்து, ஒரு டைரியும், பேனாவும் எடுத்துக்கொண்டு (டிஸ்கஷனுக்கு நடுவில் குறிப்பெடுக்க) டிப்டாப்பாகக் கிளம்பிச் சென்றேன். ஒன்பது மணிக்கு வரச் சொல்லி இருந்தார்கள். அன்றைக்கு எனக்கு இருந்த ஆர்வத்தில், எட்டரைக்கே அந்த அலுவலகத்துக்குச் சென்று சேர்ந்து விட்டேன்.

ஒரு பையன் மட்டும் பெருக்கிக்கொண்டு இருந்தான்.

உள்ளே சென்று அமர்ந்தேன். அந்த அலுவலக வரவேற்பறையில் இருந்த சோபா மிகவும் மென்மையாக இருக்கும். முதல் நாள் அங்கே அமர்ந்திருந்தபோதே அதைத் தொட்டுத் தொட்டுத் தடவிக்கொண்டிருந்தேன். அன்றும் அதையே செய்தேன்.

நேரம் ஓடிக்கொண்டிருந்தது. யாரும் வந்ததாகத் தெரியவில்லை. பெருக்கிக் கொண்டிருந்த பையனும் எங்கே போனான் என்று தெரியவில்லை. சரி, சினிமாவுக்குப் பொறுமை அவசியம் என்பதுதானே முதல் பாடம்? அமைதியாக அமர்ந்திருந்தேன்.

ஒன்பதரைக்கு ஓர் உதவி இயக்குநர் வந்தார். அப்போது தொடங்கி பத்தரைக்குள் இன்னும் ஐந்து பேர் வந்து சேர்ந்தார்கள். அவர்களும் என்னைப் போல நேர்முகத்துக்கு வந்து தேர்வாகி இருந்தவர்கள். எனவே புதிய உலகைக் காணப் போகும் ஆர்வப் படபடப்புடன் ஆறு பேரும் அங்கே இயக்குநருக்காகக் காத்திருக்கத் தொடங்கினோம்.

பகல் பதினொரு மணிக்குப் பிறகு அவர் வந்தார். அவர் வருவதற்குச் சிறிது நேரம் முன்னதாக அங்கே ஒரு லாரி வந்தது. மன்னர் காலத்து ஆயுதங்கள், கிரீடங்கள்,

தேர்த் தட்டு போன்ற ராஜா கால செட்டப் பொருட்கள் பல வரிசையாக இறக்கப்பட்டு, அந்த அலுவலகத்தின் மாடிக்குக் கொண்டு செல்லப்பட்டதைக் கண்டேன்.

இயக்குநர் வந்தவுடன் எங்களையெல்லாம் ஒரு பார்வை பார்த்துவிட்டு உள்ளே சென்றுவிட்டார். சிறிது நேரம் கழிந்த பின்பு 'எல்லாருக்கும் டீ குடுப்பா' என்று அங்கிருந்த பையனுக்கு உத்தரவிட்டார்.

தேநீர் வருவதற்குள் எங்களிடம் வந்து, "புதுசா வந்திருக்கிங்கல்ல? உங்கள்ள ரெண்டு பேர் மாடில இருக்கற அசிஸ்டண்ட் ஆர்ட் டைரக்டர போய்ப் பாருங்க. மிச்ச நாலு பேரும் இவன் சொல்ற வேலைய பாருங்க' என்று ஏற்கெனவே அவரிடம் பணியாற்றிக்கொண்டிருந்த சீனியர் உதவி இயக்குநரைக் கைகாட்டிவிட்டு மீண்டும் அறைக்குள் சென்றுவிட்டார்.

நானும் இன்னொருவனும் மாடிக்குச் சென்றோம். அங்கே சுமார் நாற்பது வயது மதிக்கத்தக்க நபர் ஒருவர் கறை படிந்த பழைய பேண்ட், சட்டையோடு தார்ப்பாயினாலான சிறிய கூடாரத்துக்குள் அமர்ந்துகொண்டு, பிரித்த மூட்டையில் இருந்த செருப்புகளைத் தரம் பிரித்துக் கொண்டிருந்தார்.

"அண்ணா டைரக்டர் அனுப்புனாரு, அசிஸ்டெண்ட் ஆர்ட் டைரக்டர பாக்க சொன்னாரு."

அவர் நிமிர்ந்து ஒரு பார்வை பார்த்துவிட்டு திரும்பவும் தன் வேலையைத் தொடர்ந்தார். சில வினாடிகளுக்குப் பிறகு "இப்டிக்கா உக்காந்து நான் பிரிச்சி வச்சிருக்குறதுல நல்லா இருக்கற செருப்புக்குலாம் இந்த பாட்டில்ல இருக்கற பாலிஷ் போடுங்க" என்றார்.

திருதிருவென விழித்தோம்.

"தம்பி உங்களத்தான். வெயில் ஏறுதில்ல? சீக்கிரம் வேலைய முடிச்சிட்டு கீழ போவலாம்" என்றார்.

இருவரும் ஒருவரை ஒருவர் பார்த்துக்கொண்டோம். நான் ஏதோ சொல்ல நினைத்து வாய் திறப்பதற்குள், உடன் வந்தவன்

"இருங்கண்ணா" என்று கடகடவெனப் படிக்கட்டில் இறங்கிக் கீழே ஓடினான்.

"என்ன இதுக்கே ரிசைன் பண்ணிட்டு ஓடுறானா" என ஆச்சரியமாக எட்டிப் பார்த்தேன்.

கீழே சென்றவன், அணிந்திருந்த ஷூவைக் கழட்டினான். பிறகு சாக்ஸைக் கழட்டி ஷூவுக்குள் திணித்து விட்டு, டக் இன் செய்திருந்த சட்டையை இழுத்து வெளியேற்றி, முழுக்கைச் சட்டையை மடக்கிக்கொண்டு மாடியேறினான்.

நான்ஏற்கெனவேஅப்படித்தான்இருந்தேன்என்பதால் சிரித்தபடி அவனையே பார்த்துக்கொண்டிருந்தேன்.

இருவருமாக, எங்களுக்குத் தரப்பட்ட முதல் திரைப்படப் பணியைத் தொடங்கினோம். செருப்புத் துடைப்பதும் பாலிஷ் போடுவதும் ஒரு கலை. கலை உணர்வு மேலோங்க சினிமாத் துறைக்கு வருபவர்கள் இதையெல்லாம் பொருட்படுத்தக்கூடாது என்று மனத்துக்குள் சொல்லிக் கொண்டேன்.

மதியத்திற்குள் அந்த மூட்டை செருப்புகளுக்கு பாலீஷ் போட்டு முடித்தோம். மதிய உணவு அங்கேயே சமைத்துப் பரிமாறப்பட்டது. உண்டு முடித்த பிறகு கதை விவாதத்துக்கு அழைப்பார்கள்

என்று எண்ணிக்கொண்டிருந்தபோது, காலை லாரியில் வந்த போர்க்களக் காட்சிக்குரிய அட்டை ஆயுத தளவாடங்களைத் துடைக்கச் சொன்னார்கள். அதற்கு ஒரு மேற்பார்வையாளரும் இருந்தார். தன்னை 'அசிஸ்டெண்ட் ஆர்ட் டைரக்டர்' என்று அறிமுகப்படுத்திக்கொண்ட அவரிடம் பேச்சுக் கொடுத்துப் பார்த்தேன்.

"டிஸ்கஷன்லாம் எப்ப ப்ரோ ஆரம்பிப்பாங்க?"

"அதுலாம் ஆல்ரெடி ஆரம்பிச்சி போய்ட்டு இருக்கே."

"எங்க?"

"எதிர் ரூம்ல."

"நாங்களாம் டிஸ்கஷன்ல கலந்துக்க முடியாதா?"

"அதுக்குலாம் தனியா ஆள் வருவாங்க."

"அப்ப எங்க வேலை என்ன?"

"இப்போதைக்கு ஆர்ட் டிபார்ட்மெண்ட் வேலை எல்லாம் பாக்கணும். வேற எதாவது சின்னச் சின்ன வேலைகள் இருந்தா பண்ணணும்"

"அப்ப நாங்க எப்ப டிஸ்கஷன்ல உக்கார்றது?"

"டைரக்டர்கிட்ட போய்க் கேளு. இதோ சாரு காலைல இத கேட்டுட்டுத்தான் வாங்கிக் கட்டிக்கிட்டு உக்காந்துருக்காரு" என்று எங்களில் ஒருவனைச் சுட்டிக் காட்டினார்.

எனக்கு ஒரு மாதிரி ஆகிவிட்டது. நானாவது எந்த அனுபவமும் இல்லாமல் நேர்காணலுக்குச் சென்றவன். ஆனால் அந்தக் குறிப்பிட்ட பையன்

ஒரு லேப்டாப் எடுத்து வந்து, அதில் தான் இயக்கிய குறும்படத்தைப் போட்டுக் காட்டி வாய்ப்புக் கேட்டவன். அவனுக்கே அர்ச்சனை என்றால் நாங்களெல்லாம் எப்படி வாய் திறப்பது?

பொறுமையாக ஆயுதங்களைத் துடைத்து, ஆயுத பூஜைக்குத் தயார் செய்வது போலச் செய்து முடித்து விட்டு மணி பார்த்தால், இரவு எட்டு. காலையில் அலுவலகத்தைப் பெருக்கிக்கொண்டிருந்தவனும், பிறகு எங்களுக்கு டீ வாங்கி வந்து கொடுத்தவனும், அந்த அலுவலகத்தின் ரிசப்ஷனிஸ்டாகவும் இன்ன பிறவாகவும் இருந்த பையன் எங்களை அழைத்து ஆளுக்கு நூறு ரூபாய் கொடுத்தான்.

'இது பேட்டா. காலைல ஒம்பது மணிக்கு டான்னு ஆபீஸ்ல இருக்கணும்' என்று கட்டளையிட்டு அனுப்பி வைத்தான்.

அடுத்த நாள் காலை ஒன்பது மணிக்கு ஐந்து பேர் மட்டும் உத்தரவுப் படி அந்த அலுவலகத்துக்குச் சென்றார்கள். ஒருவன் மட்டும் போகவில்லை. ஏதோ உள்ளுணர்வு. வேறென்ன சொல்ல?

அந்தத் திரைப் படத்திற்கான தயாரிப்புப் பணிகள் அப்படியே கிடப்பில் போடப்பட, முன் சொன்ன ஐவரில் ஒருவர் கூடப் பிறகு உதவி இயக்குநர் ஆகும் முயற்சியைத் தொடரவேயில்லை. ஒரே ஒரு நாள் செருப்பு துடைத்துவிட்டு நூறு ரூபாய்க் கூலி வாங்கி வந்த நான் மட்டும் பிறகு உதவி இயக்குநர் ஆனேன்.

உண்மை என்னவென்றால், 'கோடம்பாக்கக் கோட்டையின் உள்ளே நுழையும் வாய்ப்பு அவ்வளவு எளிதாகக் கிடைக்காது' என்ற எண்ணம் எப்படியோ நம் மனத்துக்குள் வந்துவிடும். அதெல்லாம் இல்லை; நான் அழைத்துச் செல்கிறேன் என்று யார்

சொன்னாலும் அவர்களைக் கண்மூடித்தனமாக நம்பி விடுகிறோம். பிரச்னையின் தொடக்கப் புள்ளியே இதுதான்.

மேற்படி அனுபவத்தால் நான் பெற்ற முதல் பாடம் இதுதான். வாய்ப்புத் தேடிக் கொண்டிருப்பவர்கள் 'யாரை அணுக வேண்டும்' என்று தெரிந்து கொள்வதற்கு முன்பு, 'யாரையெல்லாம் தவிர்க்க வேண்டும்' என்ற புரிதலுக்கு முதலில் வரவேண்டும்.

தனக்கென்று ஓர் உதவி இயக்குநர் குழுவை உருவாக்க நினைக்கும் இயக்குநர்கள்; அல்லது ஏற்கெனவே இருக்கும் குழுவில் புதிய உதவி இயக்குநர்களைச் சேர்க்க நினைக்கும் இயக்குநர்கள் எதிர்பார்ப்பது என்ன?

வாசிப்புப் பழக்கம், கணினியில் அடிப்படை அறிவு, தமிழ்-ஆங்கில மொழியறிவு (பேச்சு, எழுத்து, தட்டச்சு), ஓட்டுநர் உரிமம் (இரு சக்கர வாகனம் இருந்தால் முன்னுரிமை உண்டு), பாஸ்போர்ட் (சிறிது ஆங்கிலமும் தெரிந்திருந்தால் வெளிநாட்டுப் படப்பிடிப்புகளுக்கு உடன் அழைத்துச் செல்ல இது வசதி என்பதால்). இவை தவிர, உட்கார்ந்து கதை பேசத் தெரிந்திருக்க வேண்டும். சட் சட்டென்று நான்கு காட்சிகளை உருவாக்கிச் சொல்லத் தெரிந்திருக்க வேண்டும். ஒரு நூல் காட்டினால் பிடித்துக்கொண்டு பரபரவென்று மேலேறிச் செல்லும் திறன் இருக்க வேண்டும்.

இதெல்லாம்தான் அடிப்படைகள். இம்மாதிரி இன்னும் சில தகுதிகள் எதிர்பார்க்கப்படும். இவை எதையுமே பொருட்படுத்தாமல் உங்களை ஒருவர் உதவி இயக்குநராகச் சேர்த்துக்கொள்கிறார் என்றால் அது உப்புமா ப்ராஜக்ட் என்ற முடிவுக்கு உடனே வந்துவிடலாம்.

செலவு செய்யத் தயாராக இருப்பவர்கள் என்றால் சினிமா சம்பந்தப்பட்ட பயிற்சி வகுப்புகள் நிறைய நடக்கின்றன. அவற்றில் பங்கேற்று அங்கு தரப்படும் சான்றிதழ்களையும் கைவசம் எப்போதும் வைத்துக்கொள்ளுங்கள்.

முடிந்தால் நல்ல கதை ஒன்றை எழுதி, அதைக் குறும்படமாக எடுத்து வைத்துக் கொள்வது இன்னும் சிறப்பு.

அனைத்திலும் முக்கியம், முறையான *resume* ஒன்றை உருவாக்கி வைத்துக்கொள்வது. நாம் யார், நம் தகுதி என்ன என்பதைப் பார்த்த மாத்திரத்தில் விளக்கிவிடக் கூடியதாக அது இருக்க வேண்டும். நம்முடைய ஆர்வங்கள், பொழுதுபோக்கு, சினிமா தவிர வேறு எது எதில் ஈடுபாடு உண்டு என்பன போன்றவற்றை அதில் குறிப்பிடுவதும் அவசியம். உதாரணமாக உங்களுக்கு வரலாறு, அல்லது அறிவியலில் ஆர்வம் இருக்கலாம். ரொபாட், அனிமேஷன் போன்றவற்றில் ஈடுபாடு இருக்கலாம். ஒரு வரி சேர்த்து வைப்பதில் என்ன பிரச்னை? குறிப்பிட்ட ப்ராஜக்டில் அதற்கான தேவை இருக்குமானால் உங்களுக்கான வாய்ப்பு அதனாலேயே உறுதியாகும் சாத்தியங்கள் அதிகம்.

எல்லாம் சரி. எங்கே சென்று வாய்ப்புத் தேடுவது? யாரிடம் சொல்லி வைப்பது?

என்றால், தெரிந்த அனைவரிடமும் என்பதுதான் பதில். ஏனெனில் எது எப்போது யார் மூலம் நடக்கும் என்று சொல்ல முடியாது. சம்பந்தமே இல்லாத யாரோ ஒருவர் மூலமாகக் கூட சரியான வாய்ப்புகள் வாசல் தேடி வரும்.

வெற்றிப் பட இயக்குநர்களின் குழுவில் அனுபவமில்லாத புதியவர்களை உதவி

இயக்குநர்களாக இணைத்துக் கொள்ள பெரும்பாலும் இன்றைக்கு வாய்ப்புகள் குறைவு. ஆனால் அவர்கள் அலுவலகங்களையும் தேடிப் பிடித்து ஒரு *resume* கொடுத்துவிட்டு வருவது பிற்காலத்தில் உதவலாம். இதுபோல விண்ணப்பம் கொடுத்து, இரண்டரை வருடங்கள் கழித்து நேர்காணலுக்கு அழைக்கப்பட்டுப் பெரிய இயக்குநரின் குழுவில் தேர்வான உதவி இயக்குநர் ஒருவர் சொன்ன தகவல் இது.

சமூக வலைதளங்களில் "உதவி இயக்குநர்கள் தேவை" என்று வெளியிடப்படும் விளம்பரங்களில் குறிப்பிடப்படும் மின்னஞ்சல் முகவரிகளுக்கு உடனடியாக விண்ணப்பம் அனுப்பலாம். உண்மையா, உப்புமாவா என்பதைப் பிறகு போய்ப் பார்த்துத் தெரிந்துகொண்டால் போயிற்று.

ஆனால் ஒன்று. ஏதாவது ஒரு பகுதி நேர வேலையைத் தேர்ந்தெடுத்துக் கொண்டு வாய்ப்புத் தேடி அலைவதுதான் நீண்ட நாள் நோக்கில் பலன் தரும். புத்தகக் கடைகளில், ஓட்டல்களில், பெட்டிக் கடைகளில்கூட வேலை பார்க்கலாம். ஏதோ ஒரு வேலை. ஏதோ ஒரு வருமானம். குறைந்த பட்சம் வாடகைச் செலவையாவது சமாளிக்கும்படியாக அமைத்துக்கொண்டுவிட வேண்டும். முதலாளிக்கு உண்மையாக இருந்து, நமது கனவை-லட்சியத்தை அவரிடம் சொல்லிவிட்டால் போதும். வெளியே போகும்போது இம்சிக்க மாட்டார். ஓர் இயக்குநரிடம் சேர்ந்து, பூஜை போட்டு அந்தப் படம் தொடங்கும் வரையிலாவது இந்தக் குறைந்தபட்சப் பாதுகாப்பு அவசியம்.

4. ஆறு பேரைக் கடக்கும் கலை

'**வா**ஷிங்டன் ஸ்கொயர்' என்பது வாஷிங்டன்னில் இல்லை; நியூயார்க்கில் உள்ளது. அங்கே ஒற்றை சக்கரம் கொண்ட சைக்கிளில் வித்தை காட்டும் டேனியலை உங்களில் எத்தனைப் பேருக்குத் தெரியும்?

சரி, விடுங்கள். ஆப்பிரிகக் கண்டத்தில் உள்ள கென்யா நாட்டின் அதிபர் Uhuru Kenyattaவை உங்களுக்குத் தெரியுமா?

தாலிபன் தலைவர்களில் ஒருவரான ஹிப்துல்லா அகுந்த்ஸதாவை? ஹாங்காங்கில் டீ விற்கும்

Xiao Wang lee?

இவர்கள் யாரையும் நமக்குத் தெரியாவிட்டாலும் பரவாயில்லை. நமக்கும் அவர்களுக்கும் உள்ள ஓர் உறவைப் பற்றியாவது தெரிந்துகொள்வோம்.

மேலே குறிப்பிடப்பட்டிருப்பவர்கள் யாரையும் நமக்குத் தெரியாவிட்டாலும் அவர்களைத் தெரிந்தவர்கள் யாரையாவது தெரிந்திருக்கும்.

அப்படி யாரையுமே தெரியவில்லை என்றாலும், அவர்களுக்குத் தெரிந்தவர்களைத் தெரிந்தவர்களுக்கு நாம் பழக்கமாக இருக்கலாம். இப்படியாக நமக்கும், மேலே குறிப்பிடப்பட்டிருக்கும் நபர்களுக்கும், இதே உலகின் ஏதோ ஒரு மூலை முடுக்கில் இருக்கும் ஒருவருக்கும் இடையே அதிகபட்சமாக ஆறு பேர் தான் இருப்பார்கள் என்பது ஒரு கோட்பாடு. இதனை *'Six degree of separation'* என்பார்கள்.

ஹங்கேரிய நாட்டு எழுத்தாளர் *Frigges Karinthy* என்பவர் *1929* ஆம் ஆண்டு தான் எழுதிய *'chains'* என்ற சிறுகதையில் "உலகம் மிகவும் சிறியது. தொழில் நுட்பம் அதைச் சாத்தியமாக்கி உள்ளது. நம் ஒவ்வொருக்கும் இடையில் சில பேர் தான் பொதுவானவர்களாக இருப்பார்கள்" என்று இந்தக் கோட்பாட்டைப் பொத்தம்பொதுவாக எழுதி இருப்பார்.

இந்தக் கதையை அவர் எழுதிய ஆண்டை கவனியுங்கள். வர்த்தக விமானங்கள் பயன்பாட்டிற்கு வந்து சில ஆண்டுகள் மட்டுமே ஆகி இருந்தன. தொலைபேசி கண்டிபிடிக்கப்பட்டு ஐம்பது ஆண்டுகள் கூட ஆகி இருக்காது. மொத்தமே சில லட்சம் தொலைபேசி இணைப்புகள் மட்டுமே உலகம் முழுக்க பயன்பாட்டில் இருந்திருக்கும்.

1926 வரைக்கும் *intercontinental telephone line* எனப்படும் 'கண்டங்களுக்குள்ளேயே' தொலைபேசிக்கொள்ளும் வசதி தான் இருந்தது.

இப்படி உலகைச் சிறியதாக்கிய எந்தத் தொழில்நுட்ப வசதிகளும் பெரிதாக வளர்ந்திடாத காலக்கட்டத்தில் இதைக் கற்பனை செய்திருக்கிறார் அந்த மனிதர். "இந்த வசதிகள் போய்ச் சேராத ஏழை நாடுகள், ஆப்பிரிக்கா மாதிரியான பழங்குடிகளால்

நிரம்பிய நாடுகளுக்கெல்லாம் இந்தக் கோட்பாடு செல்லுபடியாகாது. மேலும் இதைச் சோதனை செய்து பார்க்க சரியான வழிமுறையும் கிடையாது" என்று பல அறிஞர்கள் இதை ஏற்க மறுத்தார்கள்.

பிற்காலத்தில் ஸ்டேன்லி மில்கிராம் என்கிற பிரபல அமெரிக்க சமூக உளவியலாளர் 60- 70 களில் மின்னஞ்சல் பயன்படுத்துபவர்களை வைத்து *small world experiment* என்ற சோதனையை மேற்கொண்டார்.

இந்தக் கணினி யுகத்தில் இந்த ஆறு பேர் என்கிற எண்ணிக்கை இன்னும் குறையும் வாய்ப்பும் உள்ளது.

*1.*எனக்கு அமைச்சர் ஒருவரைத் தெரியும். *(நம்மில் பெரும்பாலானவர்களுக்கு ஒரு அமைச்சரையோ அல்லது நம் தொகுதி சட்டமன்ற உறுப்பினரையோ தெரியும். அல்லது அவரைத் தெரிந்தவரைத் தெரிந்திருக்கும்)*

*2.*அமைச்சருக்கு முதல்வரைத் தெரியும்.

3. முதல்வருக்குப் பிரதமரைத் தெரியும்.

4. நம் பிரதமருக்குக் கண்டிப்பாக உலகின் அத்தனை நாட்டு அதிபர்களையும் தெரிந்திருக்கும். கென்ய அதிபரையும் நிச்சயம் சந்தித்திருப்பார்.

அதிகபட்சம் நான்கு முதல் ஐந்து கைகுலுக்கல்கள்தான் நமக்கும் கென்ய அதிபருக்குமான தூரம்.

தமிழ் சினிமாவின் பிரபல இயக்குநர்களுக்கும், புதிதாகச் சென்னைக்கு வண்டி ஏறுகிற வருங்கால இயக்குநர்களுக்கும் இடையே அதிகபட்சமாக மூன்று அல்லது நான்கு பேருக்கு மேல் இருக்க மாட்டார்கள். அந்த நால்வரை ஒருவராக்குவது, அந்த ஒருவரும் இல்லாமல் ஆக்குவது எப்படி?

இதுதான் சவால்.

"கொடுத்தும் கொளல்வேண்டும் நட்பு" என்று சொன்ன அதே வள்ளுவர்தான் "ஒன்றீத்தும் ஒருவுக ஒப்பிலார் நட்பு" என்றும் சொல்கிறார்.

நட்பு என்றவுடம் கண்ணில் பட்டவர்களை எல்லாம் நண்பர்களாக்கிக்கொண்டு வீணாய்ப் போவதைத் தவிர்த்து, மாசற்றார் கேண்மையை மருவுதலே சிறப்பு.

இதை இங்கே சொல்லக் காரணம், சினிமா கனவோடு ஊரை விட்டு ஓடி வரும் பலர் வீணாய்ப் போவதற்கும் நட்பு காரணமாகிவிடுகிறது.

"ஹலோ பாஸ்" என்று சம்பிரதாயமாகக் கைகுலுக்கி அறிமுகமாகும் சக சினிமாக்காரர்களை அடுத்த அழைப்பில் "சொல்லுங்க தம்பி எப்டி இருக்கீங்க" என்ற நெருக்கமாகப் பேச வைக்கக்கூடிய ஒரு விஷயம் *attitude*.

சினிமாவைப் பொறுத்தவரை 'இவன் ஜெயிக்கக் கூடியவன்' என்ற நம்பிக்கையை அளிப்பதும்; நம் நட்பின் மதிப்பை அதிகரிப்பதும் நம்முடைய அணுகுமுறை மட்டுமே.

'வெற்றியாளர்கள்' என்று இந்த உலகம் கொண்டாடும் அத்தனைப் பேருக்கும் பெரும்பாலும் இந்த *attitude* என்பது ஒரே மாதிரியானதாகத் தான் இருக்கும்.

சினிமாத்துறை சார்ந்தவர்களோடு தொடர்புகளை வளர்த்துக்கொள்வதும், அவர்களோடு நட்போடு இருப்பதும், வாய்ப்புகளையும் வெற்றிக்கான நிகழ் தகவையும் அதிகரிக்கும் என்பது செயல்முறையில் பலமுறை நிரூபிக்கப்பட்ட ஒன்று. அதோடு நம் திட்டமிட்ட அணுகுமுறையும் சேர்ந்தால் வெற்றி நிச்சயம்.

இயக்குநர் பாலாவுக்கு ஆரம்பக் காலத்தில் கவிஞர் அறிவுமதியுடன் ஏற்பட்ட நட்பு, அவரை

இயக்குநர் பாலு மகேந்திராவிடம் கொண்டு போய்ச் சேர்த்தது. ஆனால் பாலு மகேந்திராவிடம் ப்ரொடக்ஷன் அசிஸ்டண்டாக மட்டுமே இருந்த பாலாவை அவருடைய அணுகுமுறை தான் உதவி இயக்குநராகவும், பிற்காலத்தில் ஆஸ்தான உதவி இயக்குநர்களில் ஒருவராகவும் மாற்றியது. அதன் பிறகு பாலாவின் சினிமா பயணம் உலகம் அறிந்தது.

முதல் வாய்ப்பு தரும் அத்தனை தயாரிப்பாளர்களும் "இதனை இதனால் இவன் முடிப்பான்" என்று தீர ஆராய்ந்துதான் முதலீடு செய்கிறார்கள்.

சில பிரபல இயக்குநர்களின் உதவி இயக்குநர்களிடம் விசாரித்ததில் தெரிந்துகொண்ட ஒரு முக்கியமான தகவல்.

முதல் வாய்ப்பு ஏதோ ஒரு நட்பின் மூலமாகவோ அல்லது நண்பர்களின் மூலம் உண்டான தொடர்பின் மூலமாகவோ தான் கிடைக்கிறது. ஆனால் வாய்ப்பைத் தக்க வைக்க அவர்களின் அணுகுமுறையும், செயல்திறனுமே முக்கியக் காரணமாக இருந்துள்ளது.

தொடர்புகள் மிகவும் முக்கியமானவை. விலை மதிப்பற்றவை. அவற்றைத் தக்க வைத்துக்கொள்ளத் தெரிந்திருக்க வேண்டும். ஓர் இளைஞர். உதவி இயக்குநராகும் கனவுடன் சென்னைக்கு வந்தார். சில வருடங்கள் பலரைத் தொடர்புகொண்டு பேசிப் பழகி வாய்ப்புக் கேட்டு, எங்கெங்கோ அலைந்து திரிந்து இறுதியில் ஓர் எழுத்தாளரின் தொடர்பு எல்லைக்குள் சென்று சேர்ந்தார். தனது அணுகுமுறையால் அந்த எழுத்தாளர் மனம் கவர்ந்து, அவருக்கு மிகவும் நெருக்கமானார். எழுத்தாளர் தனக்குத் தெரிந்த இயக்குநர்களிடமும் தயாரிப்பாளர்களிடமும் அந்த இளைஞரைப் பற்றியும் அவரது திறமைகள் பற்றியும்

எடுத்துச் சொல்லி, அவருக்கு ஒரு வாய்ப்புத் தரச் சொல்லி சிபாரிசு செய்தார்.

அவர் சொன்னதால் மேற்படி இயக்குநர்களும் தயாரிப்பாளர்களும் அந்த இளைஞரை அழைத்துப் பேசினார்கள். ஒன்றல்ல இரண்டல்ல. அடுத்தடுத்து இம்மாதிரி ஏழெட்டு வாய்ப்புகள் அவருக்குக் கிடைத்தன. ஆனால், எழுத்தாளரிடம் சகஜமாகப் பேசிப் பழக முடிந்த அந்த இளைஞரால் முற்றிலும் புதியவர்களான அந்த இயக்குநர்களுடனோ, தயாரிப்பாளர்களுடனோ ஒன்ற முடியவில்லை. வேலையில் சேருவார்; ஒன்றிரண்டு வாரங்களில் வந்துவிடுவார். திரும்ப இன்னொரு இடத்துக்குச் செல்வார். மீண்டும் வந்துவிடுவார். ஒவ்வொரு இடத்திலும் ஏதேனும் ஒரு அரசியல், அல்லது ஏதாவது ஒரு பிரச்னை இருப்பதாகக் குறை சொல்ல ஆரம்பித்தார். பொறுத்துப் பார்த்த அந்த எழுத்தாளர் இறுதியில் அந்த இளைஞரை இனி வரவேண்டாம் என்று சொல்லிவிட்டார். பிரச்னையோ, அரசியலோ இல்லாத இடம் என்று ஒன்று உண்டா? அதுவும் கோடிக் கணக்கில் பணம் புழங்கும் சினிமாத் துறையில் கேட்கவே வேண்டாம். வெல்லும் வரை அனைத்தையும் அனுபவங்களாக மட்டுமே எடுத்துக்கொள்ளும் மனப்பக்குவம் இங்கே முக்கியமாகிறது.

சினிமாவில் நமக்குக் கிடைக்கிற ஒவ்வொரு தொடர்பும் ஒரு வைரக் கல். எது எப்போது உதவும் என்று தெரியாது. எனவே தொடர்புகளைப் பாதுகாக்கும் விஷயத்தில் மிகுந்த எச்சரிக்கையுடன் நடந்துகொள்வது அவசியம்.

இன்னும் சில விஷயங்களையும் இதனோடு சேர்த்துப் பார்க்க வேண்டும்.

1. சிக்கனமாய் வாழப்பழகுவது.

வாய்ப்பு தேடத் தொடங்கிய சில ஆண்டுகளுக்குச் சொற்ப வருமானத்தோடும் சில மாதங்கள் வருமானமே இல்லாமலும் கூட வாழ வேண்டி இருக்கும்.

அந்தக் காலக் கட்டத்தில் சிக்கனமான வாழ்க்கை முறை பெரிதும் உதவும். "இது வேலைக்காகாது" என்று மூட்டை முடிச்சுகளோடு ஊருக்குக் கிளம்பும் முடிவை கொஞ்சம் தள்ளிப்போட வைக்கும்.

'சினிமாக்காரர்களுக்கு என்றே பிரத்யேகமான சிக்கன முறைகள்' சில உள்ளன. இன்னொரு தனி அத்தியாயத்தில் அதை விரிவாகப் பார்ப்போம்.

2. இடைவேளை விடாதீர்கள்.

"ஒரு வருசமா வாய்ப்பு தேடிட்டேன். எதுவும் சரியா அமையல. கொஞ்ச நாள் வேற எதாது வேலை பாத்துட்டு திரும்ப கொஞ்ச நாளைக்கு அப்புறம் வந்து வாய்ப்புத் தேடலாம்ணு இருக்கேன்"

இது தான் வாய்ப்பு தேடும் காலத்தில் எடுக்கப்படும் மிகத் தவறான முடிவாக இருக்கும். 10000 பேர் ஓடும் மாரத்தான் போட்டியில் ஓடத் தொடங்கி ஒரிரு மைல்களில் ஓட்டத்தை நிறுத்தி விட்டு மீண்டும் ஓடத் தொடங்குவதில் எந்த பலனும் இருக்காது.

நீங்கள் ஓட்டத்தை நிறுத்திய சில நிமிடங்களில் உங்களுக்குப் பின்னால் ஓட ஆரம்பித்த பலர் உங்களுக்கு முன்னால் ஓடிக்கொண்டிருப்பார்கள்.

இப்படி பாதியில் நிறுத்தியவர்களில் ஒரு சதவீதத்தினர் கூட மீண்டும் சினிமாவிற்குள் நுழைவதில்லை. இதை ஏராளமானவர்களிடம் விசாரித்து உறுதிப்படுத்திக்கொண்ட பின்பே எழுதுகிறேன்.

3. தகுதியை உயர்த்திக்கொண்டே இருங்கள்.

கேள்வி: ஒரு இயக்குநருக்கு என்னென்ன தெரிந்திருக்க வேண்டும்?

பதில்: எல்லாம்.

அரசியல், இலக்கியம், வரலாறு, பூகோளம், அறிவியல், தொழில்நுட்பம், சினிமா சார்ந்த அறிவு என்று பாராபட்சமில்லாமல் அத்தனையும் கற்றிருக்க வேண்டியது இந்தப் போட்டி நிறைந்த உலகில் அத்தியாவசியமானது.

முற்காலத்தில் ஊரில் இருந்து மஞ்சப் பையுடன் கிளம்பி வருகிற இளைஞர்கள் முட்டி மோதி இயக்குநராகிவிட்ட கதைகளை நாம் நிறையக் கேட்டிருப்போம். பள்ளிப் படிப்பைக் கூட முடித்திராதவர்கள். அல்லது கல்லூரியில் இருந்து ஓடி வந்திருப்பவர்கள். பள்ளி பக்கமே ஒதுங்காதவர்கள். எத்தனையோ ரகம். அவர்களெல்லாம் ஜெயிக்கவில்லையா, நம்மால் மட்டும் முடியாதா என்றால் - இன்றைய சூழலில் நிச்சயமாக முடியாது.

இன்று ஒரு அறிமுக இயக்குநரிடம் நீங்கள் உதவியாளராகச் சேர வேண்டும் என்றால்கூட குறைந்த பட்சம் நூறு தமிழ் நாவல்களையாவது படித்திருக்க வேண்டும். நாலு வரி சேர்ந்தாற்போல ஆங்கிலம் பேசத் தெரிந்திருக்க வேண்டும். டைப்பிங் தெரிந்திருப்பது, கணினிப் பயன்பாடு அறிந்திருப்பது அடிப்படைத் தகுதியாகக் கருதப்படும். கம்யூனிகேஷன் ஸ்கில் இல்லாவிட்டால் யாரும் திரும்பிக் கூடப் பார்ப்பதில்லை.

எனவே வெட்டியாக நண்பர்களுடன் அரட்டை அடித்து நேரத்தை வீணாக்காமல், தகுதியை வளர்த்துக்கொள்வது அவசியம்.

4. திட்டமிடுங்கள்

பிரபல தற்காப்புக் கலை குரு ஒருவர் திட்டமிடாமல் தொடங்கிய ஒரு வேலையால் தான் வாங்கிய அடிகளை எல்லாம் பொறுத்துக்கொண்டு வலியோடு சொன்ன பிரபல தத்துவம் ஒன்று உள்ளது.

"எந்த ஒரு விஷயத்தையும் ப்ளான் பண்ணாம பண்ணா இப்படித்தான். ப்ளான் பண்ணி பண்ணனும் ஹோக்கே?"

சிரிப்பதற்கல்ல அந்தக் காட்சி. அதைத் தவறாமல் கடைப்பிடிக்கும் எல்லாருக்கும் வெற்றி நிச்சயம். எனவே, அடுத்த ஓர் ஆண்டுக்குள் இந்த வாய்ப்புத் தேடும் படலத்தில் நீங்கள் கண்டிப்பாகச் செய்து முடிக்க வேண்டியவற்றைப் பட்டியலிடுங்கள். அவற்றை எப்படி செய்து முடிக்கப் போகிறோம் என்று திட்டமிடுங்கள். இதனைச் சரியாகச் செய்ய முடிந்தால்தான், ஒரு வாய்ப்பு வரும்போது சட்டென்று ஒரு கதையை எடுத்துச் சொல்லித் தயாரிப்பாளரையோ, இயக்குநரையோ கவரும் விதமாக நம்மை முன்னிறுத்திக்கொள்ள முடியும்.

உதவி இயக்குநராவதற்கே கதை சொல்ல வேண்டுமா என்றால், ஆமாம். இன்று அப்படித்தான் உள்ளது நிலைமை. ஒரு கதையை உருவாக்கித் தயாராக வைத்துக்கொள்வது என்பது மிகப் பெரிய செயல். அதை எப்படிச் செய்வது என்று அடுத்து பார்ப்போம்.

5. கதை சொல்லிகள்

ஆதி மனிதன் தான் வேட்டையாடிய அனுபவத்தையும் அச்சமயங்களில் நடந்த திகிலூட்டும் சம்பவங்களையும் தன் கூட்டத்தினருக்கு - குறிப்பாக மனைவி மக்களுக்கு விளக்கிச் சொல்லி இருப்பான். வார்த்தைகளால், ஒலிகளால் விளக்கியது போக குகைகளில் உள்ள பாறைகளிலும் ஓவியங்களாகவும் வரைந்து காட்டி இருப்பான். அவனே மனித குலத்தின் முதல் கதை சொல்லி. ஓவியக் கலையும் கதை சொல்லலின் ஒரு பகுதியாகத்தான் உருவாகி இருக்கும்.

அடுத்தடுத்து நாகரிகம் வளர்ச்சியடைந்து விவசாய சமூகம் ஆனதும்

கதைசொல்லியின் களம் மாறி இருக்கும். உணவுக்கு உத்தரவாதம் கிடைத்தபின் பொழுது போக்கக் கதை கேட்கும் கூட்டம் அதிகரித்து இருக்கும். நாடோடியாய் சுற்றித் திரிந்து தான் பார்த்த, கேட்ட சம்பவங்களோடு தன் கற்பனையைக் கலந்து பலவிதக்

கதைகளை ஊர் ஊராகச் சொல்லியபடி சுற்றி வரும் 'கதையாடிகள்' உருவாகி இருப்பார்கள். அவர்கள் ஊருக்குப் பொதுவான இடத்தில் கதை சொல்ல ஊரே ஒன்று கூடி அந்த கதையைக் கேட்க ஆரம்பித்து பிற்காலத்தில் இவர்களில் சிலர் அந்தக் கதைகளை இசையோடும் நடனத்தோடும் சொல்ல ஆரம்பித்து தான் 'பாணர்கள்' உருவாகி இருப்பார்கள்.

இப்படியே பரிணாம வளர்ச்சியடைந்த இந்தக் கதை சொல்லிகள் பாணர்கள், புலவர்கள், தெருக்கூத்துக் கலைஞர்கள், எழுத்தாளர்கள், நாடக ஆசிரியர்கள், தற்காலத்து இயக்குநர்கள் என்று பலவாறாகப் பரிணமித்தார்கள். கலை வெவ்வேறாக இருந்தாலும் கதை சொல்லுவதே முதன்மை நோக்கமாக இருந்தது.

ராமாயணமும் மகாபாரதமும் எங்கோ, எப்போதோ நிச்சயம் நடந்திருக்கும். கதை கதையாய்ப் பேசிப்பேசி நாம் இப்போது கேட்கும் கதையாக உருவாகி இருக்கும். நமக்குத் தெரிந்தது வால்மீகி ராமாயணமும் அதைத் தழுவி கம்பர் எழுதிய ராம காதையும்தான்.

நிஜத்தில் இரண்டு மன்னர்களுக்குள் சண்டை நடந்து அதில் ஓர் அரசனின் மனைவியை இன்னொரு அரசன் கடத்திச் சென்ற சம்பவம் பல முறை நடந்திருக்கலாம். பல கதைகள் சொல்லப்பட்டிருக்கலாம். ஆனால் அந்தக் கதைகளில் நீண்ட நாள் நீடித்து நிலைத்தது மேலே சொன்ன இரண்டு கதைகள் தான். சம்பவம் ஒன்றானாலும் 'கதைத் தரம்', 'சொல்லப்பட்ட விதம்' என்பதும் முக்கியமல்லவா?

"குடிக்க சொம்புல கொஞ்சம் தண்ணி கொடுங்கடா" என்று மணமகன் கேட்க,

"மாப்ள சொம்புல தண்ணி கேக்குறார்"

"மாப்ள பெரிய சொம்பு கேக்குறார்"

"மாப்ளைக்கு தங்கத்துல சொம்பு வேணுமாம்"

"மாப்ள தங்கத்துல சொம்பு தந்தா தான் தாலியே கட்டுவாராம்"

என்று மருவ,

"நீ சிரிச்சா வெள்ளி செம்ப உருட்டி விட்டாப்ல சும்மா கலகலகலகல னு இருக்கு" என்று மனைவியை வர்ணிப்பது அந்த மருவலின் கடைசி வர்ஷனை நிஜமாக்கி விடுவது போலத்தான் இன்று கிடைக்கும் பெருங்கதைகளின் வரலாறும்.

ராமாயண ஆராய்ச்சிக் கழகத்தினர் இந்தியா மட்டுமல்லாது தென் கிழக்கு ஆசிய நாடுகளான சிங்கப்பூர், மலேசியா, தாய்லாந்து மியான்மர், கம்போடியா எனப் பல நாடுகளையும் சேர்த்து மொத்தம் ஆயிரத்துக்கும் அதிகமான ராமாயணக் கதைகள் உண்டு என்கின்றனர்.

திரும்பிய பக்கமெல்லாம் கதைகளாலும், கதை சொல்லிகளாலும் நிரம்பி வழியும் தேசம் நம்முடையது.

இப்படிப்பட்ட மரபில் வந்த நம் எல்லாருக்குள்ளும் கண்டிப்பாக ஒரு கதை சொல்லி இருப்பான். அவனை வெளிக்கொண்டு வருவது அவ்வளவு கடினமில்லை.

ஆனால் திரைவழி கதை சொல்லும் சினிமாவில் உதவி இயக்குநராகச் சேரவே இந்தக் கதை சொல்லும் திறன் அவசியம் தேவையா? என்ற கேள்விக்குத் தயக்கமின்றிக் கிடைக்கும் விடை, ஆம் என்பதுதான்.

கதை என்றால் போகிற போக்கில் "ஒரு ஊர்ல ஒரு ராஜாவாம் அந்த ராஜாவுக்கு ரெண்டு கூஜாவாம்" என்று அடித்து விடுவது இல்லை.

நீங்கள் சொல்லப் போகும் கதையைக் கேட்டுத் தான் உங்கள் மீது பந்தயம் கட்ட முதல் படத் தயாரிப்பாளர் முன் வருவார்.

நல்ல கதையைக்கூட அதன் சுவாரஸ்யம் மாறாமல் சொல்லத் தெரியாததால் வாய்ப்புக் கிடைக்காமல் சுற்றித் திரியும் நபர்கள் பலர் உண்டு.

"பவுண்ட் (ப்ரிண்ட் எடுத்து ஸ்பைரல் செய்யப்பட்ட முழுத் திரைக்கதை) இருக்கு சார் படிக்கிறீங்களா" என்று கேட்டால் தொண்ணூறு சதம் பேர் "மொதல்ல நீங்க கதை என்னன்னு சொல்லுங்க. அப்புறம் பவுண்ட் படிக்கலாம்" என்று தான் பதில் சொல்வார்கள். படிப்பதற்கு சோம்பேறித்தனம் என்று இதை எடுத்துக்கொள்ளக் கூடாது. படிப்பதற்கு சுவாரஸ்யமாய் இருக்கும் எல்லா கதைகளும் கேட்கவும் பார்க்கவும் அதே போல சுவாரஸ்யமாய் இருக்கும் என்று சொல்ல முடியாது என்பது கதை கேட்கும் இலாகா ஆட்கள் பலரின் கருத்து.

சரி, கதை சொல்வதற்கு முதலில் என்ன தேவை?

கதை தான்.

கதை எழுத என்ன செய்ய வேண்டும்?

நிறைய நிறைய கதைகளைப் படிக்க வேண்டும். படிப்பதோடல்லாமல் நிறைய சினிமாக்களைத் தேடித் தேடிப் பார்க்கவும் வேண்டும்.

நம் கதைக்கான கருப்பொருளை முதலில் தேர்ந்தெடுக்க வேண்டும்.

கருப்பொருள் என்றால்?

'சப்ஜெக்ட்' என்று சொன்னால் தமிழ் கூறும் நல்லுலகிற்கு சுலபமாகப் புரியும்.

சப்ஜெக்ட் என்றால் என்ன?

சப்ஜெக்ட் என்பது வேறெதுவும் அல்ல, கதையின் முக்கிய கதாபாத்திரமான கதாநாயகனோ, கதாநாயகியோ கதையில் செய்யப்போகிற முக்கியமான செயல் தான் கதையின் சப்ஜெக்ட்.

நாயகன் - நாயகி காதலித்தால் அது லவ் சப்ஜெக்ட்.

படம் முழுக்க சண்டை போடப் போகிறார் என்றால் அது ஆக்ஷன் சப்ஜெக்ட்.

நகைச்சுவை செய்யப்போகிறார் என்றால் காமெடி சப்ஜெக்ட்.

பயப்படவோ, பயமுறுத்தவோ போகிறார் என்றால் திகில் சப்ஜெக்ட்.

முதலில் "சப்ஜெக்ட் என்ன?"என்று கேட்டுவிட்டுத் தான் கதையைக் கேட்கலாமா? வேண்டாமா? என்றே தயாரிப்பாளர்கள் முடிவெடுப்பார்கள்.

சப்ஜெக்ட்டைத் தேர்ந்தெடுத்து அதற்கான கதையை உருவாக்கி காட்சிகளை சேர்த்து ஒரு சினிமாவுக்கான கதையை எப்படி எழுதுவது என்பதைப் பின்னர் விரிவாகப் பார்க்கலாம்.

அதற்கு முன் எப்படிக் கதை சொல்வது? எங்கே சொல்வது என்பதைப் பார்ப்போம்.

"சார் ஒரு ஒன்லைன் வச்சிருக்கேன் கேக்குறீங்களா"

"சொல்லுங்க கேப்போம்"

"ஒப்பன் பண்ணா ஒரு அழகான காடு சார். அதுல ஹீரோ நண்பர்களோட உக்காந்து பார்ட்டி பண்ணிட்டு இருக்காரு..."

"தம்பி போய்ட்டு வாங்க. நன்றி."

நிஜத்தில் நடந்த சம்பவம் இது. உண்மையில் அது சுவாரஸ்யமான கதை தான். ஆனால் ஒன்லைன் என்பது கதைச் சுருக்கம். அதாவது மொத்தக் கதையை 4-5 வரிகளுக்குள் எழுதியோ அல்லது ஒரு நிமிடத்தில் சொல்லியோ புரிய வைப்பது.

அமெரிக்காவில் ஐடி வேலை செய்து சம்பாதித்த பணத்தைக் கொண்டு இங்கே ஏழைகளுக்கு இலவசக் கல்வி தர நினைக்கும் ஹீரோ, ஊழல் அரசியல்வாதியால் பாதிக்கப்பட்டு பிறகு தன்னுடைய பாணியில் அவர்களை அழித்து ஒழிக்கிறார்.

ரஜினி நடித்த சிவாஜி திரைப்படத்தின் ஒன்லைன் இவ்வளவு தான்.

மொத்தம் 120 முதல் 150 நிமிடங்கள் கொண்ட திரைப்படத்திற்கான கதையை அதிகபட்சமாக 40-45 நிமிடங்களுக்குள் சொல்லி முடிக்க வேண்டும்.

முறையான பயிற்சி இருப்பின் இந்தக் கதை சொல்லும் கலை யாராக இருந்தாலும் சுலபமாகக் கைவரும். பயிற்சிக்கு உங்கள் பாவப்பட்ட நண்பர்களின் காதுகள் உதவக்கூடும்.

ஆனால் பயிற்சி எடுக்கிறேன் என்ற பெயரில் கண்ணில் படும் நபர்களிடமெல்லாம் கதையை சொல்வதும், விவாதங்களின் போது சொந்தக் கதையில் இருந்து சீன்களை எடுத்து விடுவதும் வேறு மாதிரியான

அபாயத்திற்கு வழிவகுத்துவிடும். கதை திருடு போவது கோடம்பாக்கத்தில் சர்வ சாதாரணம். கஷ்டப்பட்டு ஒரு கதையை உருவாக்கி வைத்திருப்போம். ஆனால் பொருத்தமற்ற ஆட்களிடம் சொல்லும்போது அது வேறு வடிவில் வெளியே போய்விடும். தமது முதல் கதையை இப்படிப் பறி கொடுத்துவிட்டு, சோகத்தில் சினிமாவுக்கே முழுக்குப் போட்டவர்கள் இங்கே ஏராளம் பேர் உண்டு.

கதை தான் ஆதாரம். கதைதான் ஒரு சினிமாவின் நாயகன். அப்படிப்பட்ட ஒரு கதையை எப்படி உருவாக்குவது?

கற்பனை செய்வதைக் கற்றுத்தர முடியாது. ஆனால் கற்பனை செய்த கதையை சினிமாவுக்கென்று உள்ள அடிப்படை வடிவத்தில் எழுதக் கண்டிப்பாகப் பயிற்சி வேண்டும்.

கதையைத் திரைக்கதை ஆக்குவது என்பது அதுதான். எப்படிச் செய்வது?

6. திரைக்கதை

திரைக்கதை எழுதும் கலையைப்பற்றி பல நிபுணர்கள் பல புத்தகங்களில் எழுதிவிட்டனர். ஆனாலும் ஆசிரியர்கள் நடத்தும் பாடத்தை விட சக மாணவன் தரும் விளக்கம் இன்னும் எளிமையாக இருக்கும் அல்லவா? அதே போலத்தான் இந்த அத்தியாயத்தில் நாம் பார்ப்பதும். இந்த உத்திகள் யாவும் கோடம்பாக்கத்தின் அனுபவசாலி உதவி இயக்குநர்கள் கடைப்பிடிப்பவை.

கதையைக் காட்சிகளாக சொல்வதுதான் திரைக்கதை. இதனை

எப்படி எழுத வேண்டும்?

திரைக்கதையின் அமைப்பு மூன்றாக பிரிக்கப் படுகிறது.

1. ஆரம்பம்

ஆரம்பம் என்பது கதையின் முக்கியக் கதாபாத்திரங்களை அறிமுகப்படுத்துவது. அவர்களுக்கு இடையேயான தொடர்புகளைச்

சொல்ல வேண்டும். அதனோடு கதையின் மையக் கருவுக்குள் சென்று விடவேண்டும். இந்த முதல் பகுதியின் அளவு என்பது அதிகபட்சம் முப்பது பக்கம். ஏறத்தாழ பக்கத்திற்கு ஒரு நிமிடம் என்ற முறையில் 20 முதல் 30 நிமிட நேரத்திற்குள் கதையின் முக்கிய நோக்கத்திற்குள் சென்று விட வேண்டும்.

எளிமையாகச் சொல்ல வேண்டும் என்றால், இப்படிச் சொல்லலாம். நீங்கள் எழுதுவது ஒரு துப்பறியும் கதை என்று வைத்துக்கொள்ளுங்கள். கதாநாயகன் முப்பதாவது பக்கத்துக்குள் குற்றத்தைத் துப்பறிய ஆரம்பித்திருக்க வேண்டும்.

2. எதிர்கொள்ளுதல்

திரைக்கதையின் இரண்டாவது பகுதியான எதிர்கொள்ளுதல் என்பது முதல் பகுதியின் இறுதியில் இருந்து அறுபது பக்கங்கள் வரை எழுதப்படும் பகுதி. நேரக் கணக்குப்படி முதல் 20லிருந்து 30 நிமிடங்களில் ஆரம்பித்து 90 நிமிடங்கள் வரை எழுதப்படுவது. இதில் கதையின் முக்கிய கதாபாத்திரம் தன் நோக்கத்தை நிறைவேற்ற எதிர்கொள்ளும் பிரச்சனைகளின் படிநிலைகளைப் பற்றியதாக இருக்கும். இதில் இரண்டு முன்று பகுதிகளாகக் கூட பிரச்சனைகளை அதிகரிக்கலாம்.

மேலே சொன்னது புரியாதபட்சத்தில் வழக்கம் போல எளிமையாக சொல்வதென்றால்,

துப்பறியப் போகும் கதாநாயகன் அவனே அந்த குற்றத்தில் ஒரு குற்றவாளியாகக் கோத்து விடப்படுவதில் இண்டெர்வெல் விட்டு அதற்குப் பிறகு வரும் கதையில் இன்னும் கொலை சம்பவங்களில் சிக்கி விடுதல். அதில் இருந்தெல்லாம் வெளிவர கதாநாயகன் எதிர்கொள்ளும் கஷ்டங்களையும் காட்டலாம்.

3. தீர்க்கமான முடிவு

இந்த முடிவு என்பதை ending என்று குறிப்பிடாமல் resolution- தெளிவான அல்லது தீர்க்கமான முடிவு என்றே திரைக்கதை ஆசிரியர்கள் குறிப்பிடுகிறார்கள். இது திரைக்கதையின் கடைசி முப்பது பக்கங்களைக் கொண்டது. அதாவது கடைசி 30 நிமிடக் கதை.

தீர்க்கமான முடிவு என்று குறிப்பிடுவதற்கான காரணம்.

கதையின் முக்கிய நோக்கத்தை முக்கியக் கதாபாத்திரம் அடைந்ததா? இல்லையா? என்பதைத் தெளிவாகக் கூறிவிட வேண்டும் என்பது தான்.

இதனை இன்னும் தெளிவாக்கி விடலாமா? ஹே ராம் படம் பார்த்திருப்பீர்கள். கதை முழுக்க மகாத்மா காந்தியின் மீது செம்ம காண்டில் இருந்தும், அவரைத் தான் கொல்வதை நியாயப்படுத்த ஏகப்பட்ட சம்பவங்கள் தனக்கு நடந்த பிறகும் ஏனோ சாகேத் ராம் காந்தியைக் கொல்லாமல் வந்ததுதான் ஆடியன்ஸைக் குழப்பி படத்தைத் தோல்விக்கு இட்டுச் சென்றிருக்கும்.

லட்சியத்தை அடைந்தான். இல்லை அந்த முயற்சியில் தோற்றுவிட்டான். என்று கதை முடிவை நோக்கிச் சென்றிருக்க வேண்டும். அதீத புத்திசாலித்தனத்தைக் காட்டுகிறேன் என்று குழப்பினால் ப்ரொடியூசர் தலையில்தான் மண் விழும்.

ஹே ராம் ஒரு சிறந்த படமாக இருக்கலாம். மிகச் சிறந்த திரைக்கதைக்கு உதாரணமாக இருக்கலாம். ஆனால் கதாநாயகனின் நோக்கம் தெளிவின்றி, மொண்ணையாக முற்றுப் பெற்ற ஒரே காரணத்தால் தோற்றுப் போன படம் என்பதை மறுக்க இயலாது.

எப்படி எழுத வேண்டும் என்பதன் அடிப்படை இது தான்.

எதை எழுத வேண்டும்?

திரையில் மக்கள் எதைப் பார்க்க அல்லது கேட்கப் போகிறார்கள் என்பதை எழுதுவது தான் திரைக்கதை.

கேட்கப்போவதாக சொன்னது வசனம், இசை, பிண்ணனி இசை, ஒலிகள் எல்லாமும்தான். தேவைப்பட்டால் பிண்ணனியில் ஒலிக்க போகும் சினிமா பாடலைக்கூட திரைக்கதையில் குறிப்பிட வேண்டும்.

(எ.கா) விக்ரம் படத்தில் வரும் 'சக்கு சக்கு வத்திக்குச்சி' பாடல்.

சிறுகதை, நாவல் உள்ளிட்ட கதை வடிவங்களுக்கும் திரைக்கதைக்கும் உள்ள முக்கிய வித்தியாசம் என்னவென்றால், சிறுகதை, நாவல்களில் சம்பவங்கள் முழுக்க விளக்கப்படும். ஆனால் திரைக்கதையில் அவை தேவையற்றது. வளவள வசனங்களும் தேவையற்றவை.

"ஏன்டா இப்படி எப்பப்பாரு குடிச்சிட்டு, அழுக்கு சட்டைப் போட்டுட்டு, தலைய வாராம, தாடி ஷேவ் பண்ணாம பிச்சக்காரன் மாதிரி இருக்க" என்று ஒரு கதாபாத்திரம் இன்னொரு கதாபாத்திரத்தைப் பார்த்துக் கேட்பது நாவலுக்கு சரிப்பட்டு வரும். தற்கால சீரியல்களுக்கும் இது பொருந்தும். ஆனால் சினிமாவில் மேற்சொன்ன கெட்டப்பில் இருக்கும் கதாபாத்திரத்திடம் "என்னடா இது வேஷம்" என்று கேட்பதே, அவனுக்கு ஏதோ சோகம் உள்ளது; அதனால் தான் இப்படி சீரழிந்து போய் இருக்கிறான் என்ற தகவலைக் கடத்தப் போதுமானது.

திரைக்கதையின் பாகங்கள் என்ன? அவற்றின் பயன்கள் என்ன? என்பதைப்பற்றியும் புரிந்துகொண்டாலே அந்த வடிவமும் கொஞ்சம் புரிந்து விடும். உதவி இயக்குநருக்கான ஒரு நேர்காணலில் *"parts of script* என்னென்ன தெரியுமா?"என்ற கேள்விக்கு கோழித்திருடன் போல முழிப்பதற்கு முன்பு வரை "எனக்கும் திரைக்கதை என்றால் என்னவென்று தெரியும்" என்று நான் தீவிரமாக நம்பிக்கொண்டு இருந்தேன்.

அந்த அடிப்படை பாகங்கள்.

SCENE HEADING

திரைக்கதையில் காட்சி நடைபெறும் இடம், காலம், உள்- வெளி பகுதிகளைக் குறிப்பிடுவது *scene heading* அல்லது *slug line* என்று சொல்லப்படும்.

நேரம்- பகல் அல்லது இரவு *(DAY OR NIGHT)*

பகுதி- உள் அல்லது வெளி *(INT OR EXT)*

இடம்- காட்சி நடைபெறும் இடம் *(LOCATION)*

(எ.கா) ஒரு அலுவலகத்திற்கு உள்ளே பகல் பொழுதில் நடைபெறும் காட்சிக்கு

INT/ OFFICE / DAY என்று *slug line* இருக்க வேண்டும்.

தயாரிப்பு திட்டமிடல் பணிகளில் ஒரு குறிப்பிட்ட லொகேஷனில் எத்தனை பகல்நேர (அ) இரவு நேரப் படப்பிடிப்பு செய்யப்பட வேண்டும்; எத்தனை நாட்கள் படப்பிடிப்பு நடக்கும் என்பதைக் கணக்கிட இது உதவும்.

ACTION

கதா பாத்திரங்கள் செய்யும் செயல்கள், திரையில் நடைபெறும் சம்பவங்கள் இந்த action description பகுதியில் குறிப்பிடப்படும்.

உதாரணமாக,

நெடுஞ்சாலையில் பைக் ஓட்டிக்கொண்டிருந்த அவன் இண்டிகேட்டர் போட்டு இடது பக்கம் திரும்பினான். பைக்கை டீக்கடை வாசலில் நிறுத்தி இறங்கி ஸ்டாண்ட் போட்டுவிட்டு, டீக்கடையில் இருந்த மாஸ்டரைப் பார்த்து 'அண்ணே ஒரு டீ. ஸ்டிராங்கா போடுங்க' என்றான்.

இதில் 'அண்ணே ஒரு டீ' என்பது வசனம். மற்றவை எடுக்கப்படவேண்டிய காட்சிக்கான குறிப்புகள்.

CHARACTER NAME

வசனத்தைப் பேசும் கதாபாத்திரத்தின் பெயர்.

இந்த கதாபாத்திரத்தின் பெயர் கடைசி வரைக்கும் நிலையான ஒரே பெயராக இருக்க வேண்டும். எதிரே பேசுபவரின் வசனத்தில் மாறலாம். ஆனால் ஆக்ஷன் பகுதியிலோ அல்லது கேரக்டர் பெயர் பகுதியிலோ மாறக்கூடாது.

'கௌரி பாட்டி' என்று வைக்கப்பட்ட கேரக்டர் அந்த கதாபாத்திரம் பேசும் வசனங்களில் எல்லாவற்றிலும் கௌரிபாட்டியாகவேஇருக்கவேண்டும். பாட்டியின் மருமகள் பேசும் வசனத்தில் வேண்டுமானால் அவளை 'அத்தை' என்றும், மகன் பேசும் வசனத்தில் 'அம்மா' என்றும் அழைத்துக்கொள்ளலாம். ஆனால் கதாபாத்திர பெயர் எப்போதும் கௌரி பாட்டி தான்.

Dialogue

திரைக்கதையின் முக்கிய அம்சம் வசனம். ஒரு பக்கத்தை நெடுக்கில் இரண்டாகப் பிரித்து எழுதும் பழைய திரைக்கதை முறையில் வலதுபுறம் முழுக்க வசனங்களுக்கு மட்டுமேயானது. அடிக்கடி திருத்தங்களுக்குட்படும் பகுதியாகவும் இது உள்ளது.

Parenthesis

அடைப்புக் குறிக்குள் கதாபாத்திரம் வசனத்தைப் பேசும் விதமோ அல்லது பேசும்போது வெளிப்படும் உணர்ச்சியையோ குறிப்பிடுவது *parenthesis* எனப்படும்.

(உதா:) அண்ணாமலை(ஆவேசமாக)

அசோக் இந்த நாளை உன் காலண்டர்ல குறிச்சி வச்சிக்க...*etc*

Transition

ஒரு காட்சியிலிருந்து இன்னொரு காட்சிக்கு மாறும் விதத்தை குறிப்பிட இந்த *transition* பயன்படுகிறது. பொதுவாக

Fade in

Fade out

Jump cut

Flashback

Cut to

போன்ற *transition*கள் பயன்படுகின்றன. இவை எடிட்டிங் வேலையின் போது பயன்படும். மிகவும் அடிப்படையான பாகங்கள் இவை தான்.

ஒரு மாதிரி பார்ப்போமா?

SC1. EXT. UNDER THE TREE.DAY

பாட்டி ஒருத்தி வடை சட்டியில் வடை சுட்டுக்கொண்டிருக்கிறாள். பின்பக்கம் திரும்பி ஊதங்குழலை எடுக்கிறார். காகம் ஒன்று பறந்து வருகிறது. அதன் பார்வை வடையின்மீதே இருக்கிறது.

பாட்டி(அதட்டும் குரலில்)

ஹே சூ போ போ. ஈரவிறகோட போராடுறது இல்லாம உன்கூட வேற போராட்டமா இருக்கு. அசந்தா திருடுறதெ பொழப்பா போச்சி.

என்று புலம்பியபடி விரட்டுகிறாள். காகம் மிரள்வது போல் மிரண்டு மீண்டும் வடை தட்டுக்கு அருகில் வருகிறது.

பாட்டி

ஏய் திருட்டுக்காக்கா போ அந்தாண்ட.

இரண்டு அடி தூரத்தில் தரையிறங்கிய காகம் பாட்டியை பார்த்து கரகரப்பான குரலில்

காக்கா

பாட்டி நா ஒன்னும் திருட வரல. எனக்குப் பசிக்குது. நா அடுப்பெரிக்க காய்ஞ்ச சுள்ளி பொறுக்கி தரேன். அதுக்கு சம்பளமா எனக்கு ஒரு வடை தரியா?

என்று கேட்டுவிட்டு தலையை சாய்த்து பாட்டியை பார்த்தது.

காலம் காலமாக நாம் கேட்ட பேண்டசி கதையின் திரைக்கதை வடிவத்தின் ஒரு பகுதி தான் இது. நம் கற்பனைக்கேற்ப இதை நீட்டிக்கலாம்.

திரைக்கதை எழுதுவற்கென்றே தனியாகப் பல எழுத்தாளர்கள் உள்ள போதும் ஓர் இயக்குநர் தானே தனக்கான திரைக்கதையை எழுதிக்கொள்வது என்பது லிப்ட் கேட்டு பயணம் போகாமல் நாமே பைக் எடுத்துக்கொண்டு ஊர் சுற்றுவது போலத் திருப்திகரமானது.

ஒன்று தெரியுமா? முப்பது வருடங்களுக்கு முன்பே தமிழ் சினிமாவில் திரைக்கதை எழுத மென்பொருள்களை பயன்படுத்த தொடங்கி விட்டோம்.

கிட்டத்தட்ட பத்திற்கும் மேற்பட்ட தரமான மென்பொருள்கள் பயன்பாட்டுக்குக் கிடைக்கின்றன. எதாவது ஒன்றைக கற்றுத்தேர்ந்து அதில் திரைக்கதை எழுதுவது, பல வேலைகளை இன்னும் சுலபமாக்கும். தேவர்மகன் திரைப்படத்தின் திரைக்கதையை கமல் ஒரே வாரத்தில் எழுதி முடிக்க அவர் பயன்படுத்திய *movie magic* மென்பொருளும் ஒரு காரணமாகும்.

திரைக்கதையை மூன்று பகுதிகளாகப் பிரித்து, பாகங்களைப் புரிந்துகொண்டு சுவாரஸ்யம் குறையாமல் ஒரு கதையை திரைக்கதையாக எழுதும் கலை கைவந்துவிட்டால் நீங்களும் ஒரு திரைக்கதை எழுத்தாளர் தான்.

7. உப்புமா கம்பெனிகள்

உதவி இயக்குநர்கள் உழைக்கும் வர்க்கமென்றால், தயாரிப்பு நிறுவனங்கள் முதலாளி வர்க்கம்.

சினிமா ஆசையோடு ஊரை விட்டு ஓடிவரும் கூட்டத்தின் ஒரு சிறு பகுதியான உதவி இயக்குநர்களைப் பற்றி மட்டும்தான் நாம் பார்த்து வருகிறோம். ஆனால் இந்தக் கூட்டத்தின் பெரும்பான்மை என்பது வேறு விதமானது.

ஹீரோ ஆகணும், ஹீரோயின் ஆகணும், காமெடியன் ஆகணும் என்று முக்கியக் கதா பாத்திரங்களில் நடிக்க ஆசைப்படுபவர்கள் ஒருபுறம் கிளம்புவார்கள்.

"சும்மா ஒரு சீன்ல மூஞ்ச காமிச்சிட்டு அப்டியே கொஞ்சம் கொஞ்சமா டெவலப் ஆகி ஒன்னு ரெண்டு டயலாக் பேசனும். அப்டியே அடுத்து அடுத்து போய் வேற லெவலுக்கு வந்துடனும்"

என்று கண்களில் வெளிச்சம் மின்னச் சொல்பவர்கள் மறுபுறம் மூட்டை கட்டிக்கொண்டிருப்பார்கள்.

"பேரு புகழ் எல்லாம் எதுவும் வேணாம் சார், சும்மா ஒரு வாட்டி அந்த ஸ்க்ரீன்ல நம்ம மூஞ்சி வந்துட்டா போதும்" என்று பொய் சொல்லி வாய்ப்புத் தேடி நடித்துவிட்டு அப்புறம் 'வேற லெவல்'க்கு வந்துக்கலாம் என்ற திட்டத்தோடு நடிக்க வாய்ப்புத்தேடி வருவோர் இன்னொரு புறம் இருப்பார்கள்.

ஸ்டண்ட், ஆர்ட், எடிட்டிங், டப்பிங் என சினிமாவில் பயன்படுத்தப்படும் இருபத்து நான்கு கலைகளில் ஏதாவது ஒன்றைக் கற்று அதில் வாய்ப்புத் தேடி அதன் மூலம் குறைந்தபட்சம் தன் பெயரை மட்டுமாவது திரையில் பார்க்க விரும்புபவர்கள் அநேகம் பேர். *(வாகன ஓட்டுநர்கள் கூட இந்தப் பட்டியலில் இடம் பெறுவார்கள். end card-இல் டிரைவர்கள் பெயரைக் குறிப்பிடுவார்கள்).*

Audition call என்று ஒரே ஒரு ஃபேஸ்புக் பதிவைப் பார்த்து விட்டு, முன்னூற்றைம்பது பேருக்கு மேல் ஒரு *1 bhk* அலுவலகத்தின் முன் கூடிய சம்பவங்கள் எல்லாம் நடந்திருக்கின்றன. இத்தனைக்கும் அந்தப் பதிவில் அலுவலக முகவரி கூட குறிப்பிடப்படவில்லை. செவிவழிச் செய்தியாக முகவரி பரவியதற்கே அத்தனை பெரிய கூட்டம்.

இந்தக் கூட்டத்தைத் தன் பக்கம் ஈர்த்து ஏமாற்றக் காத்திருக்கும் சில தயாரிப்பு நிறுவனங்களின் நிஜ முகத்தைத்தான் இப்போது பார்க்கப் போகிறோம். எதைத் தெரிந்துகொண்டாலும் தெரிந்துகொள்ளாவிட்டாலும் உதவி இயக்குநர்கள் முதலில் போலிகளை இனம் காணப் பழகியிருக்க வேண்டும். ஏனெனில், சினிமாவில் அதிகம் ஏமாற்றப்படும் இனம், உதவி இயக்குநர் இனம்தான்.

1973 இல் கட்டப்பட்ட சென்னையின் முதல் மேம்பாலம். இந்தியாவின் மூன்றாவது மேம்பாலம். கட்டி முடிக்கப்பட்ட காலத்தில் அப்போதைக்கு இந்தியாவின் நீளமான மேம்பாலம். இத்தகைய சிறப்புகளைக் கொண்ட மேம்பாலம் எது எனக் கேட்டால் சென்னையில் எண்பது சதமான பேர் உடனே சொல்லும் பதில் "நம்ம ஜெமினி ப்ரிட்ஜி". அதற்கு அண்ணா மேம்பாலம் என்று பெயர் வைக்கப்பட்டாலும் அதைப் பற்றிக் கவலைப்படாமல் நம் மக்கள் சுதந்திரத்திற்கு முன் அந்தப் பகுதியில் கட்டப்பட்ட ஜெமினி ஸ்டுடியோவை அடையாளமாக வைத்து அந்தப் பாலத்தை 'ஜெமினி ப்ரிட்ஜ்' என்று அழைப்பதையே விரும்பும் அளவுக்கு சினிமா தயாரிப்பு நிறுவனங்கள் சமூகத்தில் செல்வாக்கு கொண்டிருந்தன.

இந்த சினிமா தயாரிப்பு நிறுவனங்களும் சும்மா இல்லை. பல பெரிய நட்சத்திரங்களையும் இயக்குநர்களையும் இதர கலைஞர்களையும் இம்மண்ணுக்குத் தந்திருக்கின்றன. ஆனால் அதெல்லாம் ஒரு காலம். இன்றல்ல. நிச்சயமாக அல்ல.

அவர்களைப் போன்ற ஜாம்பவான்களுக்கு யாரும் புதிதாக வாய்ப்புத் தர வேண்டிய அவசியம் இல்லை. ஏற்கெனவே ஓடி ஜெயித்த குதிரைகளை வாங்கி வந்து தேவையான சம்பளம் தந்து தங்கள் பெயரில் ஓட வைக்க அவர்களால் முடியும். அவர்களிடம் போய் வாய்ப்புக் கேட்டு வாசலில் நிற்பது பெரும்பாலும் வீண்தான்.

ஏனெனில் அன்றைக்கு எவ்வளவோ கலைஞர்களை அடையாளம் காட்டிய நிறுவனங்கள் இன்றும்

இயங்குகின்றனவே தவிர, புதிய முயற்சிகளுக்கு ஆதரவு தருவதில்லை. புதியவர்களைக் கொண்டு பரீட்சை செய்து பார்க்க விரும்புவதுமில்லை.

இங்கே பிரச்சனைக்குரியதே உப்புமா கம்பெனிகள்தான்.

அதென்ன உப்புமா கம்பெனி?

பலர் கேள்விப்பட்டு ஆனால் சரியான அர்த்தம் தெரிந்துகொள்ளாத வார்த்தை இது.

சினிமா லாபகரமான தொழிலாக மாற ஆரம்பித்து, அதில் பட்ஜெட் படங்கள் என்ற காவியங்கள் வெளிவரத் துவங்கிய காலத்திலேயே உருவானவைதான் இந்த உப்புமா நிறுவனங்கள்.

"நானும் படம் தயாரிக்கிறேன்" என்று சொல்லிக் கொண்டு கோடம்பாக்கம் பக்கம் எங்கேயாவது ஒரு 1bhk அல்லது 1Rk அறையை வாடகைக்கு எடுத்து வைத்துக்கொள்வார்கள்.

"கம்மி பட்ஜெட்ல நல்ல கதையா இருந்தா சொல்லுங்க தம்பி" என்று கதை சொல்ல வரும் புதுமுக இயக்குநர்களிடம் கேட்பார்கள். எந்த லட்சணத்தில் கதை இருந்தாலும் "சொன்ன பட்ஜெட்டுக்குள்ள எடுக்கனும்" என்ற நிபந்தனையோடு பட வேலைகள் ஆரம்பமாகும். அந்த கம்பெனியில் அத்தனையுமே குறைவான பட்ஜெட்டில் தான் இருக்கும்.

அன்றாட உணவே சொற்ப விலைக்குக் கிடைக்கும் ரவையில் தயாரிக்கப்படும் உப்புமாவாகத் தான் இருக்கும். அப்படி வெறும் உப்புமாவை மட்டுமே தின்றுவிட்டு அவர்கள் நிறுவனம் தயாரிக்கும் படங்களும் பெரும்பாலும் உப்புமா தின்ற

உணர்வையே தருவதால் தான் அந்த மாதிரியான நிறுவனங்களை "உப்புமா கம்பெனி" என்று குறிப்பிடும் வழக்கம் உண்டானது.

"அவர்கள் வசதிக்கேற்ப அவர்கள் தயாரிக்கிறார்கள். இதிலென்ன குற்றம்" என்று சிலர் நெற்றிக் கண்ணைத் திறக்கக் கூடும். ஆனால் நிஜத்தில் இந்த மாதிரியான நிறுவனங்களின் வெற்றி விகிதம் நூற்றுக்கு ஒன்றாக இருந்தாலே அதிகம். சினிமா தயாரிப்பு என்பது வெறும் பணம் தரும் வேலை மட்டுமல்ல. இயக்குநருக்கு இணையாக ஒரு தயாரிப்பாளரும் கற்றுக்கொள்ள வேண்டிய விஷயங்கள் சினிமாவில் நிறைய உள்ளது.

முறையாகப் பதிவு செய்வதுகூடக் கிடையாது. நேராக ஆபீஸ் போட்டு விட்டு நடிக்க வாய்ப்புத்தேடி வரும் அப்பாவிகளில் தேறிய வரைலாபம் என்று பணத்தைப் பிடுங்கிக்கொண்டு அவர்களின் எதிர்காலத்தையே நாசமாக்குவது தான் பெரும்பாலான நிறுவனங்களில் இன்று நடக்கிறது.

பணக்கார அப்பாவின் சொத்தோடு எவ்வளவோ பேர் சென்னைக்கு வருகிறார்கள். குறுகிய காலத்தில் கோடீஸ்வரனாகிவிட வேண்டும் என்கிற வெறி மட்டும் அவர்களிடம் இருக்கும். ஒப்புக்கு ஒரு ஆபீஸ் போட்டு உப்புமா சட்டியுடன் உட்காருவார்கள். வாய்ப்புக் கேட்டு வரும் உதவி இயக்குநர்களிடம், 'நீதான் நம்ம அடுத்த டைரக்டர்' என்று ஆசை காட்டிவிட்டு, லொகேஷன் பார்க்கப் போகணும். டிஸ்கஷன் பண்ண காசு வேணும் என்று சொல்வார்கள். வாய்ப்புக் கிடைத்தால் போதும் என்ற நிலையில் இருக்கும் உதவி இயக்குநர்கள், எங்கெங்கோ அலைந்து கடன் வாங்கிக்கொண்டு

வந்து கொடுப்பார்கள். அதைச் செலவு செய்துவிட்டு, "கதை பிடிக்கல. வேற கதை கொண்டு வா" என்று துரத்தி விடுவதையே தொழிலாகக் கொண்ட ஒருவர் எட்டு வருடங்களாகக் கோடம்பாக்கத்தில் வசித்து வருகிறார். ஒரு திரைப்படம் கூட இன்னும் தயாரிக்கவில்லை. குறைந்தபட்சம் இருபத்தைந்து பேரையாவது நம்ப வைத்துக் கழுத்தறுத்திருப்பார்.

"அசிஸ்டெண்ட்டுக்கு எதுக்குப்பா பேட்டா எல்லாம் தந்துக்கிட்டு. தண்டச் செலவு. எல்லாத்தையும் தொரத்திட்டு ஊர்ல இருந்து நம்ம பசங்க பத்து பேர இறக்கிடலாமா" என்று கேட்டார் ப்ரொடியூசர் ஒருவர். உதவி இயக்குநர்கள் என்பவர்கள் அவரைப் பொறுத்த மட்டில் கூலிக்கு pad தூக்கும் ஆட்கள்.

"படம் எடுக்கணும். அதுக்குக் கொஞ்சம் செலவாகும். ஒரு இடத்துல இருந்து காசு வரணும். வந்தா ஆரம்பிச்சிடலாம். அதுவரைக்கும் நம்ம ஆபீஸ்லயே இருந்து கதை வேலைகள பாருங்க" என்று கூறிவிட்டு, ஊரிலிருந்து செலவுக்கு என்று எடுத்து வந்த பணம் காலி ஆகும் வரை குடித்து அழித்துவிட்டு கழட்டிவிடப்பட்ட ஒருவன் அதற்குப் பிறகு சினிமாவே வேண்டாம் என்று ஓடிய கதையைக் கேட்டபோது, அந்த ஏமாளியை நினைத்து பாவப்பட மட்டுமே முடிந்தது.

உங்கள் கரியரில் தயாரிப்பு நிறுவனங்களுடனான மோசமான அனுவங்கள் என்னென்ன? என்று கேட்டால் ஒவ்வொரு சினிமாக்காரனுக்கும் சொல்வதற்குப் பத்து சம்பவங்களாவது இருக்கும்.

கோடிக் கணக்கில் பணம் போடும் பெரிய நிறுவனங்களுக்கும் பணமே இல்லாமல் பேருக்கு கடை நடத்தும் கம்பெனிகளுக்கும் இடையில்

இருக்கும் நடுத்தரமான நிறுவனங்கள் தான் வாய்ப்புத் தேட சரியான தேர்வாக இருக்கும்.

ஆனால் இங்கேயும் ஒரு சிக்கல் உண்டு. இவர்கள் அதிகம் வாய்ப்புத் தருவது புதுமுக இயக்குநர்களுக்குத் தான். அங்கு அவர்களுக்கே சம்பளம் கேள்விக்குறியாக இருக்கும். அப்படியே சம்பளம் தரப்பட்டாலும் அது மொத்த பட்ஜெட்டில் ஒரு சதவீதம் கூட இராது.

இதில் எங்கிருந்து அசிஸ்டெண்ட் பேட்டா, சம்பளமெல்லாம் எதிர்பார்ப்பது?

இயக்குநர்கள் சங்கத்தில் உதவி இயக்குநர்களுக்கான உறுப்பினர் அட்டை வாங்கி வைத்திருந்தால் செய்யும் வேலைக்கு ஏற்ற சம்பளத்தைக் கேட்டு வாங்கலாம். உரிய சம்பளம் தராத பட்சத்தில் சங்கத்தில் அந்த நிறுவனத்தின் மீது புகார் செய்யலாம்.

ஆனால் சங்கத்தில் உறுப்பினர் ஆவதற்கு முன் இரண்டு திரைப்படங்களில் வேலை செய்து திரையில் 'உதவி இயக்குநர்கள்' என்று பெயர் வந்திருக்க வேண்டும். ஏற்கெனவே சங்கத்தில் உறுப்பினராக இருக்கும் இயக்குநரின் உத்தரவாதம் வேண்டும். இதெல்லாம் போதாதென்று ஆயிரக் கணக்கில் பணம் கட்ட வேண்டும். கார்ட் வாங்கும் வரை கேட்க நாதியற்ற கூட்டமாகத் தான் இருக்க வேண்டும். இரண்டு படங்களில் வேலை செய்து ஒரு முன்னணி இயக்குநரிடம் உத்தரவாதம் வாங்கும் அளவு வளர்ந்துவிட்ட பிறகு எதற்கு அந்த உறுப்பினர் அட்டை என்று எந்த உதவி இயக்குநரும் அதை வாங்குவதே இல்லை.

கழுதை மேய்த்த கதை தான். "முன்னே போனால் கடிக்கும், பின்னே வந்தால் உதைக்கும்".

பிறகு என்ன தான் செய்வது?

சரியான வாய்ப்பு கிடைத்து, நம்மை நிரூபிக்கும் காலம் வரை தொடர்ந்து தேட வேண்டும். கிடைக்கும் வாய்ப்புகளை சரியாகப் பயன்படுத்தி அடுத்தடுத்த தொடர்புகளை உருவாக்கிக்கொண்டே செல்ல வேண்டும்.

இதெல்லாம் நடந்து ஒரு நல்ல நிலைக்குச் செல்லும் வரை ஒரு தவ வாழ்க்கை வாழ வேண்டி இருக்கும்.

அந்தத் தவ வாழ்க்கைக்குத் தேவையானதெல்லாம் கொஞ்சம் தான். எல்லாவற்றையும் கொஞ்சமாக வைத்துக்கொண்டு வாழப்பழகுதல் தான் அது.

8. சிக்கனம்

மெக்கானிக் ஒருவர் தன்னிடம் கார் பழுதுபார்க்க வந்த இதய அறுவைச் சிகிச்சை நிபுணரைப் பார்த்து "ஏன் சார் நா கார் இஞ்சின்ல பாக்குற அதே ரிப்பேர் வேலைய தான் நீங்க மனுஷ இதயத்துக்குப் பண்றீங்க. எனக்கு மட்டும் ஆயிரத்துல சம்பளம்; உங்களுக்கு மட்டும் ஏன் லட்சத்துல சம்பளம்?" என்று கேட்டார்.

அதற்கு அந்த மருத்துவர் "நீ வண்டிய ஆஃப் பண்ணிட்டு இஞ்சின வெளிய எடுத்து எல்லா பார்ட்டையும் தனித்தனியா பிரிச்சிட்டு திரும்ப மாட்டுற. ஆனா நான் ஓடிட்டு இருக்க வண்டிய ஓடிட்டு இருக்கும் போதே இஞ்சின பிரிச்சி ரிப்பேர் பாக்குறேன். அந்த வித்தியாசத்துக்குத்தான் அந்த விலை" என்று பதில் சொன்னார்.

இதே கதை நம் தொண்டர் குலத்து பேச்சுலர் ரூம்வாசிகளுக்கும் பொருந்தும். வேலையில்லாத வெட்டி ஆபீசர்கள் வருமானம் இல்லாமல் மாதக் கணக்கில் கூட பேச்சுலர் ரூமிலோ அல்லது

தண்டச்சோறாக தாய், தந்தையுடனோ இருந்து விடலாம். ஆனால் உதவி இயக்குநராக ஒரு வேலையில் இருந்துகொண்டு உரிய சம்பளம் இல்லாது வாழ்கிற வாழ்க்கை கொடுமையிலும் கொடுமை.

"சினிமா எடுக்கப் போறேன்" என்று சொன்னதும் முதல் எதிர்வினையாக வரும் விஷயங்களை இத்தொடரின் முதல் அத்தியாயத்தில் பார்த்தோம்.

மிக அதிசயமாகச் சிலர் வீட்டில் "மனசுக்குப் பிடிச்சத பண்ணு. நாங்க சப்போர்ட் பண்றோம்" என்று கொசச்சி பசப்புகழ் போல "all is well" சொல்லி சென்னைக்கு அனுப்பி மாதந்தோறும் பாக்கெட் மணியும் அனுப்புவார்கள். பெரும்பாலான குடும்பத்தினர் "என்னத்தையோ பண்ணிட்டு போ" என்று தண்ணீர் தெளித்து அனுப்பி விடுவார்கள். சிலர் தலைமுழுகியே விடுவார்கள்.

பாக்கெட் மணி வாங்கும் அந்த ஆயிரத்தில் ஒருவனைத் தவிர மற்ற எல்லா உதவி இயக்குநர்களின் பொருளாதார நிலையும் இன்றைய இலங்கைக்கு இணையாகத் தான் இருக்கும்.

"ச்ச இவ்ளோ கஷ்டப்பட்டு இங்க இருக்குறதுக்கு வேற எதாவது பொழப்ப பாக்கலாம்" என்று சலித்துப்போய் நம் லட்சியத்தை குப்பையில் போட்டுவிட்டு திரும்பி ஓட வைப்பதில் இந்தப் பணத்தின் பங்களிப்பு பெரிதாக இருக்கும்.

பகுதி நேர வேலையில் கிடைக்கும் வருமானம் எல்லாம் வாய்ப்பு தேடும் படலம் வரை தான். ஒரு இயக்குநரிடம் உதவி இயக்குநர் ஆகி வேலை செய்ய ஆரம்பித்து விட்டால் 'டெய்லி பேட்டா' மட்டும் தான் நமக்கான வருமானம்.

இயக்குநரைப் பொறுத்து தினம் *100* அல்லது *200* கிடைக்கும். சிலர் தினமும் பேட்டா தராமல் மூன்று வேளை சாப்பாடும், எப்போதாவது செலவுக்குப் பணமும் தந்து *"டைட்டில் கார்டில் பெயர் போடுகிறோம்"* என்று சொல்லி விட்டால் அதற்கும் *"சரி"* என்று தலையாட்ட ஒரு பெருங் கூட்டம் காத்திருக்கிறது.

அப்படி சொற்ப வருமானத்தில் வாழப் போகும் வாழ்க்கையில் லட்சியத்தைப் பாதியில் விட்டுவிட்டு ஓடாமல் இருக்க ஒரே வழி சிக்கனமாக வாழ்வது தான்.

உணவு

கதை விவாதத்தின் போது இயக்குநரும், தயாரிப்புப் பணிகளின் போது தயாரிப்பு நிறுவனமும் சாப்பாட்டை ஏற்பாடு செய்து விடுவதால் உணவுப் பிரச்சனை பெரும் பிரச்சனையாக இருக்காது. ஆனால் வாய்ப்பு தேடும் சமயத்தில்?

ஆறு மாதமோ, ஒரு வருடமோ வாய்ப்புத் தேடி அலைய வேண்டியதாக இருந்தால் என்ன செய்வது?

இருக்கவே இருக்கிறது அம்மா உணவங்களும் ரோட்டுக் கடைகளும். பட்ஜெட்டுக்கு ஏற்ப உணவருந்த சிறந்த இடங்கள் இவை.

அப்போதைய கையிருப்பைப் பொறுத்து தாம்தூம் என்று சாப்பாட்டுக்கு செலவழிப்பது ஆகச் சிறந்த முட்டாள்தனம்.

பட்ஜெட் சினிமா என்று அழைக்கப்படும் பணம் சிக்கனமாகச் செலவழித்து எடுக்கப்பட்ட திரைப் படத்தில் வேலை பார்த்தவரின் அனுபவம் இது.

மொத்தம் பதினொரு பேர். முதல் பத்து நாட்கள் மதிய உணவை ஒரு நடுத்தரமான ஹோட்டலில் முடித்தவிட்டு பில்லை எக்சிக்யூட்டிவ் ப்ரொடியூசரிடம் ஒப்படைத்து வந்தோம். பதினொராவது நாள் செலவுக் கணக்கைச் சரி பார்த்த தயாரிப்பாளர் "இவனுங்க தின்றதுக்கே தெனம் ஆயிரம் ரூவாய்க்கு மேல செலவு பண்ணா கம்பெனி என்னாகுறது" என்று கத்தியதோடு நிற்காமல், அரிசி மூட்டை, பாத்திரபண்டங்கள், அடுப்பு, சிலிண்டர் சகிதமாக ஒரு இன்ஸ்டண்ட் கிச்சன் செட்டை இறக்கிவிட்டார்.

அதற்கு அடுத்த நாள் முதல் உதவி இயக்குநர்களில் ஒருவன் அரிசி ஊற வைத்து சாதம் பொங்கி வடிக்க, இன்னொருவன் காய்கறி வாங்கி வந்து குழம்பு வைக்க வேண்டும். ஆரம்பத்தில் சுழற்சி முறையில் ஆட்கள் மாறிக்கொண்டே வந்து பதினைந்து நாட்களும் சாதம் வடிப்பது மட்டும் சுழற்சி முறையிலும், சுமாராக சாப்பிடும் அளவுக்காவது குழம்பு வைத்த குற்றத்திற்காக தினமும் குழம்பு வைக்கும் வேலை ஒரே ஆளிடமும் வந்து 11 மணி முதல் 2 மணி வரை அவர்களின் நேரம் சமையல்கட்டிலேயே கழிந்தது. அடுப்பு வந்த அப்புறம் எதுக்கு டீ செலவு? சர்க்கரையும் டீத்தூளும் கிச்சனுக்குள் நுழைய தினசரி சாப்பாட்டு செலவும், டீ செலவும் சில நூறு ரூபாய்களுக்குள் அடங்கியது.

ஆரம்பத்தில் சலிப்பாக இருந்தாலும் போகப் போக அதுவே கொண்டாட்டமான விஷயமானது. அல்லது கொண்டாட்டமான விஷயமாக மாற்றிக்கொள்ளப்பட்டது.

அதையே பேச்சிலர் ரூம் வாழ்க்கையிலும் பின்பற்றலாம். வாரத்தின் நான்கு நாட்கள் சமையல்,

மூன்று நாட்கள் ஹோட்டல் என்று ஆரம்பித்து கொஞ்சம் கொஞ்சமாக சமைத்து சாப்பிட்டுப் பழகுவது பர்சுக்குப் பாதுகாப்பானதாக இருக்கும்.

கிட்டத்தட்ட பத்து வருடங்களாக உதவி இயக்குநராக இருக்கும் சீனியர் ஒருவர் கேட்டரிங் துறையில் இருக்கும் நண்பனிடம் சொல்லி வைத்து விடுவார். கோடம்பாக்கத்துக்கு நெருக்கத்தில் உள்ள ஏரியாக்களில் பிரியாணி பந்தி நடக்கும் போது தகவல் வந்துவிடும். நண்பர்களுடன் கூட்டமாகச் சென்று அன்லிமிடட் பிரியாணியை ஒரு கை பார்த்து விட்டு வருவார்.

உடை

உடை விஷயத்தில் சிக்கனம் என்பது அதன் விலை மட்டுமல்ல; எண்ணிக்கையும் தான்.

குருவிக் கூட்டில் ஒரு ஓரமாக தங்கப் போகும் நமக்கு மூன்று நாட்களுக்கு ஒரு முறையாவது துவைத்தாக வேண்டிய கட்டாயத்திற்கு ஆளாகும்படியான எண்ணிக்கையில் துணிகளை கொண்டு வருவது இடத்தை மிச்சப்படுத்துவதோடு துவைக்கும் விதத்தைப் பொறுத்து துணியின் ஆயுளையும் நீட்டிக்கும். ஜீன்ஸ் பேண்ட் என்பது அடிக்கடி துவைக்க வேண்டிய அவசியமில்லாத உடை. பெரும்பாலான உதவி இயக்குநர்கள் ஜீன்ஸ் மட்டுமே வைத்திருப்பார்கள்.

இருப்பிடம்

தங்குமிடம் உறுதியான பிறகு தான் பெரும் பாலானவர்கள் ஊரைவிட்டே கிளம்புகிறார்கள். அந்தத் தங்குமிடம் என்பது நான்கு பேரோ அல்லது அதற்கும் மேற்பட்ட நண்பர்களோ வாடகையைப் பகிர்ந்துகொண்ட இடமாக இருத்தல் நலம். உறங்கி,

எழுந்து, குளித்து, துவைத்து, மடித்து வைக்க ஒரு இடம். இந்த வசதிகளைத் தாண்டி எதையும் எதிர்பார்க்க வேணடாம்.

கம்ப்யூட்டர் ஸ்பேர் பார்ட் முதல் தோசை மாவு வரை எந்தப் பொருளை எந்த இடத்தில் வாங்கினால் தரமாகவும், மலிவாகவும் கிடைக்கும் என்று தெரிந்திருப்பது முக்கியம். எந்தப் பொருள் எந்த இடத்தில் மொத்த விற்பனைக்குக் கிடைக்கும் என்று தெரிந்தால் இன்னுமே நல்லது.

பாக்கெட்களில் அடைத்து விற்கப்படும் ஒரு கிலோ மாவில் காற்று 300 கிராம் இருக்கும். அதில் 7-8 தோசைகள் தான் ஊற்ற முடியும். அங்கேயே அரைத்து இன்ஸ்டண்ட்டாக விற்கும் மாவில் 10+ தோசைகள் ஊற்றலாம். விலையும் ஐந்து ரூபாய் குறைவு. ஒரு வேளை டிபன் அதிகமாக உண்ணலாம். சிறிய விஷயம்தான். ஆனால் இதை யோசிக்க வேண்டியது மிகவும் அவசியம்.

ICU வில் இருப்பவருக்கு உடனடியாகப் போட வேண்டிய ஊசியைத் தவிர வேறு எந்த ஒரு பொருளையும் வாங்குவதற்கு முன் நாற்பது இடங்களில் விசாரிப்பது தவறல்ல.

இந்தத் தகவலறிவு எல்லாக் காலத்திலும் பயன்படக்கூடிய ஒன்று.

பைக்.

பைக் இல்லாத உதவி இயக்குநர்களை ஒரு இயக்குநர் தன் டீமில் சேர்ப்பதே சந்தேகம் தான். இன்றைய நிலைமை அப்படி. உதவி இயக்குநர் தான் ஆகப்போகிறோம் என்று முடிவான பிறகு பைக்

வாங்கினால் முடிந்தவரையில் நல்ல மைலேஜ் தரும் பைக்குகளை வாங்கலாம். நல்ல மைலேஜ் தரும் செகண்ட் ஹேண்ட் பைக்குகள் எலக்ட்ரிக் சைக்கிளின் விலைக்கே கிடைக்கும். வேலையில் உண்டாகும் மன உளைச்சலோடு வேறு வாகனங்களில் பயணிப்பதால் உடல் அயர்ச்சி பெரும் சோர்வை தரக்கூடும்.

இத்தனைக்கும் பிறகு செய்ய வேண்டிய முக்கியமான விஷயம் 'சேமித்தல்'.

சேமிப்பு என்றால் பிக்சட் டெபாசிட்டோ மற்றதோ அல்ல. அதெல்லாம் நமக்குக் கட்டுப்படி ஆகுமா?

'ஏழையின் சிரிப்பில்' திரைப்படத்தில் சிக்கனத்தின் சித்தப்பாவான கஞ்சத்தனத்தைத் தீவிரமாகக் கடைப்பிடிக்கும் கதாநாயகன் ஒரு கட்டத்தில் அவசரச் செலவு என்று வந்ததும் தன் சேமிப்புகளை எல்லாம் ஒவ்வொன்றாக வெளியே எடுத்துப்போட, அங்கே சில லட்சங்கள் மேசை மேலே இருக்கும்.

அதேபோல, கிடைக்கும் பேட்டாவில் செலவு செய்தது போகச் சில நாட்கள் மீதம் இருக்கும் தொகையை ஒரு புது வங்கிக் கணக்கு ஆரம்பித்து, அதில் சேமிக்கத் தொடங்கலாம்.

இந்த அவசரச் செலவுக்கான சேமிப்புக் கணக்கில் இருந்து முடிந்த வரையில் பணத்தை எடுக்காமல் இருக்க முயற்சி செய்ய வேண்டும்.

இப்படி எல்லாம் வாழ்ந்தால் மட்டுமே உதவி இயக்குநராக இருந்து இயக்குநர் ஆகும் வரை வருமானத்தைப் பற்றிக் கவலைப்படாமல் இருக்கலாம்.

9. உடம்ப கவனிங்க முதல்ல

சினிமாவில் தயாரிப்பு நிறுவனங்கள் முதலாளி வர்க்கத்தைச் சேர்ந்தவை. அவை போக மீதமிருக்கும் அனைத்துத் துறையினரும் தொழிலாளி வர்க்கத்துக்குள் அடங்குபவர்கள். இதில் அதிகச் சுரண்டலுக்கு உள்ளாகிறவர்கள் உதவி இயக்குநர்கள்.

படப்பிடிப்பின் நடக்கும்போது நடிகர்கள் முதல் லைட்மென் வரை ஒரு கால்ஷீட்டுக்கு இவ்வளவு என்றுதான் சம்பளம். ஒரு கால்ஷீட் என்பது எட்டு மணி நேரம். நடிகர்களுக்கு ஒரே நாளில் பன்னிரண்டு மணி நேரம் அதாவது ஒன்றரை கால்ஷீட் நடிக்க வேண்டி இருந்தால் ஒன்றரை மடங்கு சம்பளம். லைட்மேன் மற்றும் உணவு தயாரிக்கும் ஆட்களுக்கு மட்டும் இந்த ஒன்றரை மணி நேர விதி பொருந்தாது. அதற்கு அவர்கள் சொல்லும் காரணம் "எல்லாருக்கும் முன்னாடி ஸ்பாட்டுக்கு வந்து லைட் எல்லாம் செட் பண்ணிட்டு எல்லாரும் போன அப்புறம் தான் சார் கிளம்பணும். இதுல 1.5 கால்ஷீட் எல்லாம் கட்டுப்படியாகாது சார்" என்பார்கள்.

ஆனால் இவர்களைக் காட்டிலும் கூடுதல் நேரம் உழைப்பவர்கள் உதவி இயக்குநர்கள். அவர்கள் பின் தூங்கி முன் எழும் பத்தினி ஜாதியைச் சேர்ந்தவர்கள். தொடர்ந்து இருபத்து நான்கு மணி நேரம் அவர்கள் படப்பிடிப்புத் தளத்தில் பணியில் இருந்தாலும் அவர்களுக்கான சம்பளம் ஒரு நாள் பேட்டாவான நூறோ இருநூறோதான்.

தொடர்ந்து இருபத்து நான்கு மணி நேரமெல்லாம் படப்பிடிப்பு நடக்குமா என்று சிலருக்கு ஆச்சரியமாக இருக்கலாம்.

'தசாவதாரம்' திரைப்படத்தின் படப்பிடிப்பின் போது தொடர்ந்து ஏழு நாட்கள் இருபத்து நான்கு மணி நேரம் படப்பிடிப்பு நடந்ததாக இயக்குநர் கே.எஸ். ரவிக்குமார் ஒரு பேட்டியில் சொல்லியிருந்தார். அப்படி ஏழு நாள்களுக்கு இல்லை என்றாலும் இரண்டு நாள், மூன்று நாள் தொடர் படப்பிடிப்புகள் நடப்பதுண்டு.

படப்பிடிப்பு நடக்கும் லொகேஷனின் ஒரு நாள் வாடகை ஒரு லட்ச ரூபாய். அங்கு திட்டமிடப்பட்ட காட்சிகளை எடுக்க இருபது மணி நேரம் தேவைப்படுகிறது என்று வைத்துக்கொள்வோம். இரண்டு நாட்களாகப் பிரித்துக் கொண்டால் நேரமும் பணமும் விரயம் ஆகும். அப்போது அந்தத் தயாரிப்பாளரும், இயக்குநரும் எடுக்கும் தடாலடி முடிவு தான் இந்த 6am to 6am ஷூட்டிங். அந்த 24 மணி நேரமும் உதவி இயக்குநருக்கான வேலை இருக்கும்.

இயக்குநருக்கும் இருபத்து நான்கு மணி நேரம் வேலை இருக்குமே..?

படப்பிடிப்பைச் சீக்கிரம் முடிக்க, செலவைக் குறைக்க என்று தொடர்ந்து இருபத்து நான்கு மணி

நேரம் வேலை செய்ய அவருக்குப் பல காரணங்கள் இருக்கும்.

உதவி இயக்குநர்களுக்கு?

இஃதொரு பக்கமிருக்க, இந்த உழைப்புச் சுரண்டலுக்கு எதிராக எல்லோரும் சேர்ந்து கொடி பிடித்தால் என்ன என்று தோன்றலாம்.

"வெளிய போங்கடா அயோக்கிய ராஸ்கோலுகளா" என்று காண்ட்ராக்டர் நேசமணியாய் மாறி, அத்தனை பேரையும் துரத்தி விட்டு வாய்ப்புக்காகத் தொடர்ந்து ஒரு வாரம் கூட சோறு தண்ணி இல்லாமல் உழைக்கக் காத்திருக்கும் அடுத்தக் கூட்டத்தை உள்ளே சேர்த்துக்கொண்டுவிடுவார்கள். வேறு துறை என்றால் யூனியனை நாடலாம். உதவி இயக்குநர்களுக்கு அந்தப் பாக்கியமும் கிடையாது.

சரி... இந்த பிரச்சனைக்கு என்ன தான் தீர்வு?

'சர்வைவல் ஆஃப் த ஃபிட்டஸ்ட்' என்று டார்வின் 'உயிரினங்களின் தோற்றம்' புத்தகத்தில் சொன்னதை சினிமாவுக்கு ஏற்றாற் போல "ஃபிட் ஆக இருப்பவர்களே சர்வைவ் ஆவார்கள்" என்று மொழிபெயர்த்துக் கொள்ளலாம்.

முதல் நாள் ஷூட்டிங். ஏகப்பட்ட கற்பனைகளோடும், அதீத ஆர்வத்தோடும் படப்பிடிப்பு நடக்கப்போகும் அந்தப் பாழடைந்த தொழிற்சாலையின் உள்ளே மாலை ஆறு மணிக்கு நுழைந்தேன். அடுத்த நாள் காலை பாதத்தில் கொப்பளத்தோடுதான் வெளியே வந்தேன். சுமார் இரண்டு வருடங்களாக அதிகம் நடக்காமல் சோம்பித் திரிந்த கால்கள் அந்த வெக்கையான சூழலில் தொடர்ந்து பன்னிரண்டு

மணி நேரம் ஓடியாடியதில் கொப்பளம் வைத்து விட்டது. அடுத்த நாளே கொப்பளத்தை உடைத்து அந்த இடத்தில் மஞ்சள் வைத்துக் கட்டி முன் பாதத்தைத் தரையில் ஊன்றாமல் அடுத்தசில நாட்கள் ஒரு தாள லயத்தோடேயே நடக்க ஆரம்பித்தேன்.

முதல் முறை இருபத்து நான்கு மணி நேரம் ஷூட்டிங் நடந்தபோது உடனிருந்த முன் அனுபவம் உள்ள உதவி இயக்குநர் தன் தோள்பையில் வோலினி ஸ்ப்ரே வைத்திருந்ததன் காரணம் புரிந்தது.

சினிமாவில் இருந்துகொண்டு ஆரோக்கியமாக வாழ முடியுமா?

சத்தியமாக முடியாது.

ராணுவத்தில் இருந்து ரிட்டையர் ஆன நாற்பது வயதிலும் கட்டுமஸ்தாக இருந்த ஒரு முதல்பட இயக்குநர் தொடர்ந்து இருபது நாட்கள் படப்பிடிப்பு முடித்துவிட்டு (பெரும்பாலும் பதினாறு மணி நேரம் கால்ஷீட். நாலு நாட்கள் இருபத்தி நாலு மணி நேர கால்ஷீட்) ஒரு நாள் வீட்டுக்குக் காரை ஓட்டிச்சென்ற போது அரை மயக்கமாகி, கார் சாலையில் இருந்த டிவைடரில் உரசிச் சென்ற வரலாறு எல்லாம் உண்டு.

இயக்குநர்களின் ஆறாம் விரலாய்ப் பேனா இருக்கும். அதற்கும் அடிஷனல் விரலாய் சிகரெட் இருக்கும். சீன் யோசிப்பது என்றாலே சிகரெட் பிடிப்பது தான் என்றொரு கலாசாரம் பாரதிராஜா காலத்தில் இருந்தே இருந்து வருகிறது. ஆல்கஹாலைப் பற்றிச் சொல்லவே வேண்டாம்.

இப்படி ஆரோக்கியத்திற்கு ஆப்படிக்கும் அத்தனை சமாசாரங்களும் நிறைந்த சினிமாவில்

வெற்றி பெற்றவர்களின் பட்டியலை எடுத்துப் பார்த்தால் அத்தனைப் பேரும் சொல்லி வைத்தாற்போல ஆரோக்கியத்திற்கு முக்கியத்துவம் தரக்கூடியவர்களாக இருந்திருக்கிறார்கள். தோற்றவர்கள் பெரும்பாலும் இந்தப் பழக்கங்களால் வீழ்ந்தவர்களாகவே உள்ளார்கள்.

ஓர் ஊரில் மகான் ஒருவர் இருந்தார். அவரிடம் தன் மகனை அழைத்து வந்த தாய், "அதிகமாக சிகரெட் பிடிக்கிறான். எவ்வளவு சொன்னாலும் கேட்கமாட்டேன் என்கிறான். இவனுக்கு அறிவுரை கூறுங்கள் சுவாமி" என்று கேட்டார்.

"ஒரு மாதம் கழித்து வாருங்கள்" என்று அவர்களை அனுப்பி வைத்தார் மகான்.

ஒரு மாதம் கழித்து மீண்டும் அந்தத் தாய், தன் மகனை அழைத்துக்கொண்டு மகானிடம் வந்தார்.

"இன்னும் ஒரு மாதம்" என்று மீண்டும் அனுப்பி விட்டார்.

அடுத்த மாதமும் தாயும் மகனும் வந்தனர். மீண்டும் ஒரு மாதம் கழித்து வரச்சொல்லி அனுப்பி விட்டார்.

நான்காவது முறை போன போது அவர் அந்த இளைஞனை அருகில் அமர வைத்துக்கொண்டு சிகரெட் பிடிப்பதன் தீமைகளைப் பற்றி விரிவாக எடுத்துரைத்து, "இனிமே தயவுசெய்து சிகரெட் பிடிக்காத கண்ணா. அது உடலுக்கு ரொம்ப கேடு" என்று சொன்னார்.

இத்தனையையும் கேட்டுக்கொண்டிருந்த அந்தத் தாய், "ஏன் சுவாமி, இந்த அறிவுரையை எல்லாம் முதல்முறை வந்தபோதே சொல்லியிருக்கலாமே..?" என்று கேட்டார்.

மெல்லிய புன்னகையை உதிர்த்த மகான், "நீ என்னிடம் வந்த சமயம் வரை நானே புகைத்துக்கொண்டுதான் இருந்தேன். பிறகு எப்படி நான் அவனிடம் சிகரெட் பிடிக்காதே என்று அறிவுரை சொல்வது..? இந்த நாலு மாத இடைவெளியில் அந்தப் பழக்கத்தை முற்றிலும் நிறுத்திவிட்டு இப்போது அவனுக்கும் அந்த அறிவுரையை சொன்னேனம்மா" என்றார்.

ஆரோக்கியமாக இருக்க என்ன செய்ய வேண்டும்?

ஆரோக்கியமான வாழ்வை வாழ வேண்டும் என்ற வைராக்கியம் வேண்டும்.

Law of attraction படி மற்ற எல்லா டிப்ஸையும் தானாக நம்மை நோக்கி இந்தப் பிரபஞ்சம் அனுப்பி வைக்கும்.

தனக்கு உணவு தேவை என்பதை நம் உடல் நமக்கு உணர்த்தும் செயல்தான் பசி. அதற்கு என்ன தரவேண்டும் என்பது நமது விருப்பம். அது சரியானதாக இருப்பதுதான் உடல் ஆரோக்கியத்தினுடைய அஸ்திவாரம்.

'ஹெல்த் டிப்ஸ்' என்ற பெயரில், "காலையில் இதைச் சாப்பிடுங்கள் மதியம் அதைச் சாப்பிடுங்கள்" என்று கூறப்படும் டயட் அறிவுரைகள் எல்லாம் பாக்கெட்டில் எப்போதும் சில ரோஸ் நிற ரூபாய் நோட்டுகளை வைத்திருக்கும் அன்பர்களுக்குத்தான் உகந்ததாய் இருக்கும்.

உலகத்தார் மீது எந்த பாரபட்சமும் இல்லாத வள்ளுவன் சொல்வதையே நாமும் கடைப்பிடிக்கலாம். "அருந்தியது அற்றது போற்றி உணின்" என்பது வள்ளுவன் வாக்கு.

"உண்டது செரித்தபின் அடுத்த வேளை உண்" என்பதுதான் இந்தக் குறள் சொல்வது.

அதனோடு "அற்றது அறிந்து கடைப்பிடித்து" என்றும் சொல்லி இருப்பார்.

"நம்ம பசி அடங்குன அப்புறம் நாம சாப்பிடுற இட்லி தேவையில்லாதது" என்பது தான் இது.

'பசித்துப் புசி' என்று நாம் எவ்வளவு எடுத்துச்சொன்னாலும் நம் சந்ததி தத்திகள் மதிக்காமல் தினம் மூன்று முறை வயிற்றை நிரப்பிக்கொள்வார்கள் என்று உணர்ந்த முன்னோர்கள் உருவாக்கிய சிறப்பான தீர்வு தான் 'விரதம்'.

விரதம் என்கிற சமாசாரத்தைக் கடவுளோடு தொடர்புபுடுத்தக் காரணமே பய பக்தியோடாவது இதைப் பின்பற்றுவார்கள் என்பதால்தான். ஹிந்து (ஒருபொழுது இருத்தல்), முஸ்லீம் (நோன்பு நோற்றல்), கிறிஸ்துவம் (தவக்காலம்) என்று வேறுபாடின்றி எல்லா மதங்களிலும் ஏதோ ஒரு வகையில் விரதம் உள்ளது.

எந்த மதத்திலும் நம்பிக்கை இல்லை என்றாலும் இருக்கவே இருக்கிறது *intermittent fasting*. இதில் ஏகப்பட்ட முறைகள் இருந்தாலும், என் சொந்த அனுபவத்தில் 16:8 என்ற நேர விகித முறையில் கடைப்பிடிக்கப்படும் விரத முறையே சுலபமானது ஆகும்.

ஒரு நாளின் இருபத்து நாலு மணி நேரத்தில் பதினாறு மணி நேரம் எதையும் சாப்பிடாமல் இருக்க வேண்டும் என்ற எளிய விதியைக் கொண்டது தான் இந்த *intermittent fasting*. எட்டு மணி நேரத்தில்

இரண்டு முறையோ அல்லது மூன்று முறையோ உணவெடுத்துக் கொள்ள வேண்டும். அடுத்த பதினாறு மணி நேரத்தில் முதல் பத்து மணி நேரத்தில் உண்டது செரித்துவிடும். அடுத்த ஆறு மணி நேரம் சேமிக்கப்பட்டிருக்கும் அதிகப்படியான கொழுப்பை நம் உடல் செரிக்க ஆரம்பிக்கும்.

உடலும் மனமும் ஒன்றோடு ஒன்று இணைந்தவை. இரண்டில் ஒன்று கெட்டாலும் மற்றொன்றும் பாதிக்கப்படும்.

மனம் ஆரோக்கியமாக இருந்தால் மட்டுமே தெளிவாகச் சிந்திக்க முடியும். தெளிவாகச் சிந்திக்கும் போதுதான் ஒருவரின் படைப்பாற்றல் அதிகரிக்கும்.

படைப்பாளிகளுக்கு எப்போதும் உடலும் மனமும் ஒரு போர்வீரனுக்கு இருப்பதைப்போல உறுதியாக இருக்க வேண்டும். உதவி இயக்குநர்களைப் பற்றிக் கேட்கவே வேண்டாம். மாதத்தில் இருபத்து நான்கு நாள்களாவது அவர்கள் இருபத்து நான்கு மணி நேரம் உழைக்க வேண்டி வரலாம். தயாராக இருப்பது என்பது உடலளவில் முதலில் ஆயத்தமாவதுதான்.

10. தேன் வைத்தியம்

உதவி இயக்குநர்கள் என்று இல்லாமல் பொதுவாக எல்லோருக்குமே பொருந்தக்கூடிய விஷயம்தான் இந்த 'தோல்வியைப் பற்றிய பயம்'.

கத்திமேல் நடப்பது போலக் கடுமையான பயணத்தைக் கொண்ட உதவி இயக்குநர்களுக்கு ஒரு புள்ளி அதிகமாகவே இந்தப் பயம் இருக்கும்.

"நாம் எல்லோரும் ஜெயிக்கத்தான் பிறந்திருக்கிறோம். *We are all winners*"என்று *MLM executive* போலக் கைகளை உயர்த்தி, முஷ்டிகளை முறுக்கி ஊக்கமளிக்கும் பேச்சுக்களை எல்லாம் கேட்டுக்கேட்டு வளர்ந்த சமூகம் நம்முடையது. ஆனால் இங்கே யாருக்கும் சொல்லித்தரப்படாத ஓர் உண்மை 'தோல்வியை எதிர்கொள்ளுதல்'.

'என்னடா இவன் ஜெயிக்குறது எப்படின்னு சொல்லாம தோல்வியப் பத்தி க்ளாஸ் எடுக்குறானே' என்று உங்களில் சிலருக்குத் தோன்றலாம்.

‘தோல்வியே வெற்றியின் முதல்படி’ என்று கேள்விப்பட்டிருப்போம். யதார்த்தம் என்னவென்றால் வெற்றியின் முதல்படி மட்டுமல்ல. வெற்றிப் படிக்கட்டுக்கு முந்தைய படிக்கட்டுகள் வரை தோல்வி தான் நமக்கு உற்ற தோழனாய் உடன் வரும். கூடவே அவமானம், அவதூறு, மனச் சோர்வு எல்லாம் கேட்காமலே தொற்றிக்கொண்டு வரும். இத்தனையையும் இழுத்துக்கொண்டு ஓடுவது தான் வெற்றியின் ரகசியமே.

ஆனால்இங்கேநூற்றில்ஒருஉதவிஇயக்குநருக்குக்கூட இந்த உண்மை உறைப்பதில்லை.

“என்ன வேலை செய்யற..?” என்று கேட்ட அண்ணன் ஒருவரிடம் “அசிஸ்டெண்ட் டைரக்டரா இருக்கேன்ணா” என்று சொல்ல, “அதவிடு, சோத்துக்கு என்ன பண்ற..?” என்று கேட்கவும் இருவரும் வாய்விட்டுச் சிரித்தோம்.

ஆனால் அவர் கேட்டதன் உள்ளர்த்தம் புரிந்து, ‘இந்த அவமானத்தை இனி எங்கேயும் அனுபவிக்கக்கூடாது’ என்று முடிவெடுத்திருந்தால் இந்நேரம் ஏதாவதொரு தனியார் நிறுவனத்தில் நல்ல சம்பளத்தில் ஏதோவொரு வேலைக்குச் சென்றிருப்பேன்.

தோல்வி குறித்த சிந்தனை ஆரம்பிக்கும் இடம் இது தான்.

கல்லூரியில் உடன் படித்தவன், “கார் வாங்கிட்டேன் மச்சி” என்று போட்டோ அனுப்புவான். அந்தக் காரின் இன்றைய விலை என்ன என்று கூகுள் செய்வோம். ‘அதை மாதத் தவணையில் வாங்குமளவிற்கு அவன் வருமானம் கூடி இருக்கிறதென்றால், அவனுடைய மாதச் சம்பளம் என்னவாக இருக்கும்?’ என்று கணக்கு போடுவோம்.

‘நம் மாத வருமானம் என்ன..?’

‘நாம் கார் வாங்க இன்னும் எத்தனை வருடம் ஆகும்..?’

இப்படி வரிசையாய்க் கேள்விகள் தோன்ற ஆரம்பிக்கும்.

ஜூனியர் பையன், “அடுத்த மாசம் கல்யாணம். வந்துருங்க” என்று பத்திரிகை அனுப்புவான்.

வெவ்வேறு துறைகளில் இருப்பவர்கள் மட்டுமல்ல... நம்மோடு சேர்ந்தே சினிமாப் பயணத்தை ஆரம்பித்தவனும்கூட எப்படியோ முயற்சி செய்து பிரபல இயக்குநரிடம் உதவி இயக்குநர் ஆகி ஷூட்டிங் ஸ்பாட்டில் இருந்து செல்ஃபி எடுத்து முகநூலில் பதிவேற்றுவான்.

‘எதாவது சான்ஸ் இருந்தா சொல்லுங்கண்ணா’ன்னு என்கிட்ட கெஞ்சிட்டு இருந்தவன்டா அவன். இப்பப் பாரு அந்த டைரக்டர் டீம்ல சேர்ந்துட்டு நான் கால் பண்ணாக்கூட எடுக்க மாட்றான்’ என்று பொருமித் தள்ளும் சீனியர்கள் உண்டு.

பொருளாதாரப் பின்னடைவு தான் இந்த ஒப்பீட்டை ஆரம்பித்து வைக்கும். இதுபோன்ற ஒப்பீடுகளைச் செய்ய ஆரம்பிக்கும் போதே நமக்குப் பெரும்பாலும் தோன்றும் எண்ணம், ‘இப்படியே இருந்தா தோல்வி தான் மிஞ்சும்’ என்பதுதான்.

இது போதாதென்று சொந்தக்கார அன்பர்களின் தொல்லை வேறு மாதிரியானதாக வரும்.

“என்ன வேலை..?”

“எந்த டைரக்டர் கிட்ட வேலை பாக்குற..?”

“எவ்வளவு சம்பளம்..?”

“படம் எடுக்க எத்தன வருசம் ஆகும்?..”

“சினிமாவுல சம்பாதிக்கல்லாம் லேட் ஆகுமாமே..?”

என்று நசநசவென நச்சரித்து விடுவார்கள். இந்தக் கேள்விக்காரக் கூட்டத்தை சமாளிக்கப் பயந்துகொண்டே எந்த விசேஷத்திற்கும் போக முடியாது.

“நீ எப்ப டைரக்டராகி, சம்பாதிச்சி, செட்டில் ஆகுறது..? இந்தப் பொண்ண எப்ப உனக்குக் கட்டி வைக்குறது..? சீக்கிரம் நல்ல வேலையாப் பாரு” என்று சமீபத்தில் பால்குடி மறந்து பள்ளிக்கூடம் போக ஆரம்பித்திருக்கும் பிஞ்சு முறைப்பெண்ணை காட்டிப் பயமுறுத்துவார்கள்.

இவர்கள் பார்வையில் 25 வயதுக்கு பிறகு ஒருவன் மாதாமாதம் EMI கட்டவில்லை என்றால் அவன் செட்டில் ஆகாதவன். திருமணம் எல்லாம் அவன் கனவிலும் நினைக்கக்கூடாது.

திருமணச் சந்தைக்குப் போனால் இன்னும் சிறப்பான வரவேற்புக் கிடைக்கும். “மாப்ள என்ன செய்யறார்..?” என்பதுதான் முதல் கேள்வியாக வரும். ‘உதவி இயக்குநர்’ என்று சொன்னதுமே கட்டுரையின் ஆரம்பத்தில் ஒரு அண்ணன் கேட்டதாகச் சொன்ன கேள்விதான் அடுத்த கேள்வியாக வரும்.

உதவி இயக்குநராக இருந்துகொண்டு அரேஞ்ஜ்ட் மேரேஜ் செய்தவர்கள் எண்ணிக்கை கிட்டத்தட்ட பூஜ்ஜியமாகத்தானிருக்கும்.

இத்தனையையும் சந்தித்த ஒருவனுக்கு தோல்வியின் மீது பயம் வராமலா இருக்கும்...?

இரண்டு அல்லது மூன்று ஆண்டுகள் தாக்குப்பிடிக்க முயன்று ‘போதும்டா சாமி’

என்று கோடம்பாக்கத்திற்கு ஒரு பெரும் கும்பிடு போட்டுவிட்டு ஊரை நோக்கியோ அல்லது வேறு துறையை நோக்கியோ ஓடிவிடுவார்கள். மிச்சம் மீதி இருக்கும் தோல்விக்கு அஞ்சாதவர்களே அடுத்தகட்ட நகர்வை நோக்கிச் செல்வார்கள்.

Venom திரைப்படத்தில் ஒரு காட்சி இடம் பெற்றிருக்கும். கதாநாயகன் *tom hardy* ன் உடலுக்குள் *symbiote* எனப்படும் வேற்றுகிரக ஒட்டுண்ணி நுழைந்துவிட்ட பிறகு ஒரு காட்டுப்பகுதிக்குள் ஓடிக்கொண்டிருக்கும் கதாநாயகன் ஒரு கட்டத்தில் ஓடமுடியாமல் கீழே விழுந்து விடுவார். உடலுக்குள் இருக்கும் அந்த ஒட்டுண்ணி அவரை மீண்டும் எழுந்து நிற்க வைக்கும். அதீத பலம் கொடுத்து ஓடவும் வைக்கும்.

அந்த மாதிரியான ஒரு *symbiot* தான் தோல்வி பயத்தை போக்க எல்லோருக்குள்ளும் இருந்தாக வேண்டும். அந்த *symbiot* என்னவாக வேண்டுமானாலும் இருக்கலாம். சிலருக்குக் காதலாக, சிலருக்குக் குடும்பமாக, சிலருக்குப் பணமாக, சிலருக்குப் புகழாக... ஏதோ ஒரு காரணத்தை நீங்கள் துவண்டு போகாமல் மீண்டும் எழுந்து ஓடுவதற்கான காரணியாக வைத்துக்கொள்ளலாம்.

எப்போதோ ஒருமுறை சந்திக்கப்போகும் வெற்றியை விட அடிக்கடி சந்திக்கும் தோல்விக்கு நம்மைத் தயார்படுத்திக் கொள்வதுதான் முக்கியமானது.

தோல்விக்கே துவளக்கூடாது எனும்போது 'தோற்று விடுவோமோ' என்ற பயத்துக்கெல்லாம் இடமே இருக்கக்கூடாதல்லவா..?

இந்தத் தோல்வி பயத்தை எப்படித்தான் தவிர்ப்பது..?

Man vs wild என்ற *survival* நிகழ்ச்சியைப் பார்த்தவர்கள் *Bear grylls* ஐ மறக்கவே மாட்டார்கள். கண்ணில் படும் அத்தனை பூச்சி, புழுக்களையும் பிடித்து உண்பவர் என்ற அளவில்தான் இவர் பலருக்கு அறிமுகம்.

காடு, மலை, பாலைவனம், கடல், ஆள் அரவமற்ற தீவு என்று உலகின் அத்தனை ஆபத்தான இடங்களிலும், கிட்டத்தட்ட எல்லா ஆபத்தான உயிரினங்களிடமும் போராடிப் பிழைத்து வந்தவர்தான் இந்த பேர் க்ரில்ஸ். 'ஒரு வனாந்தரமான இடத்தில் சிக்கி விட்டால் அங்கிருந்து எப்படியாவது தப்பித்து வருவது எப்படி?' என்பதைக் காட்டுவதுதான் இவரது நிகழ்ச்சியின் நோக்கம்.

எவ்வளவு மோசமான சூழ்நிலையிலும் படப்பிடிப்பை நிறுத்தாத இந்த பேர்க்ரில்ஸே ஒருமுறை மட்டும் தேனீ கொட்டியதால் படப்பிடிப்பைப் பாதியில் நிறுத்திவிட்டார். தேனீயின் கொட்டு அவ்வளவு வலி தரக்கூடியது. அதே தேனீயின் உடலிலிருந்து வரும் தேன்தான் அந்தத் தேனீ கொட்டியதற்கு மருந்து என்று பேர்ல் க்ரில்ஸ்க்கு தெரியாமல் போனது ஆச்சர்யம்தான். தேனீ கொட்டியதும் கொடுக்கைப் பிடுங்கி விட்டு அந்த இடத்தில் இரண்டு சொட்டுத் தேனைத் தடவியிருந்தால் போதுமானது. காலங்காலமாக தேன் சேகரிப்பவர்கள் செய்துகொள்ளும் வைத்தியம் இது.

இதே ஃபார்முலாவைத்தான் இந்த தோல்வி பயம் விஷயத்திலும் பயன்படுத்தப்பட வேண்டும்.

தோற்றுவிடக்கூடாது என்ற பயத்தை வெற்றியை நோக்கி ஓடும் எரிபொருளாகப் பயன்படுத்திக் கொள்ளலாம். முள்ளை முள்ளால் எடுக்கும் பழைய டெக்னிக்தான். ஆனால் முயற்சி செய்வதைக் கை

விடுவதைவிட பயத்தோடேயே பயணிப்பது எவ்வளவோ மேல். வெற்றி வெற்றி என்று ஆரம்பத்தில் இருந்து குறிப்பிட்டு வந்தது உதவி இயக்குநராக இருந்து இயக்குநர் ஆவதைத்தான்.

ஒரு படத்தை உருவாக்குகிற இயக்குநராக ஆவதற்கு என்னென்ன செய்ய வேண்டும்? என்னென்ன தெரிந்திருக்க வேண்டும்?

11. பத்து வீடு, பதினைந்து கல்யாணம்

"வீட்டைக் கட்டிப்பார், கல்யாணம் பண்ணிப்பார்" கேள்விப்பட்டிருப்போம்.

இடம் வாங்கி, ஆள் பிடித்து, அஸ்திவாரம் போட்டு செங்கல், மணல், ஜல்லி, சிமெண்ட் வாங்குவதில் ஆரம்பித்து வீட்டைக் கட்டி முடித்து புதுமனை புகுவிழா நடத்தி, குடியேறுவதகுள் நாக்குத்தள்ளி விடும்.

பெண் பார்த்து, தட்டு மாற்றி, நிச்சயம் முடித்து, மண்டபம் தேடி, வரவேற்பு, மேக்கப், சாப்பாடு, அலங்காரம், ஆர்கெஸ்ட்ரா என்று ஒரு ஆட்டம் ஆடி முடிப்பதற்குள் இருவீட்டாருக்கும் மூட்டுவலியே வந்துவிடும்.

ஆனால் இதெல்லாம் சென்ற தசாப்தத்தின் ஆரம்பத்திலேயே முடிவுக்கு வந்துவிட்டது.

மனையை வாங்கி பூமி பூஜை போட்ட கையோடு பில்டர் கையில் பொறுப்பை தந்துவிட்டு

வாரம் ஒருமுறை விசிட் அடித்தால் போதும். ப்ளான்படி கட்டடம் எழுப்பி கையில் சாவியைத் தந்துவிடுவார்கள். புதுமனை புகுவிழா நடத்தி, குடியேறி, குடித்தனம் நடத்த ஆரம்பிக்கலாம்.

இருவீட்டாரும் வரவேற்புக்கு நேரடியாக மண்டபத்திற்கு வந்தால் போதும். மண்டப வாசலில் வாழைமரம் கட்டுவது முதல் மணமக்களை சாந்தி முகூர்த்த அறைக்கு அனுப்புவது வரை அத்தனையையும் செய்ய 'ஈவெண்ட் மேனேஜ்மெண்ட்' நிறுவனங்கள் வந்துவிட்டன.

இருபது வருடங்களுக்கு முன்புவரை பெரிய வீட்டு பிரம்மாண்ட கல்யாணங்களை மட்டும் நடத்தி வந்த இவர்கள் தற்காலத்தில் சிறிய அளவிலும் செயல்படத் தொடங்கி உள்ளார்கள். "உங்களுக்கு ஏன் சார் தலவலி..? அந்தப் பொறுப்ப எங்க கிட்ட கொடுத்துருங்க. அதுக்கு இவ்வளவு செலவாகும்" என்று நம் தலைவலியை குறைத்ததற்கான பில்லை நீட்டுவார்கள்.

திருமணச் செலவு இரண்டு மடங்கானாலும் பரவாயில்லை என்று நம் ஆட்கள் இவர்களை நாடிச்செல்லவும் அதே காரணம் தான். "நமக்கு எதுக்கு இந்தத் தலைவலி?"என்று நினைப்பது.

இப்படிப் பிறர் வலியை வாங்கிக்கொண்டு அதற்குப் பணம்பெற வழி இருந்தால் உலகின் மிகப்பெரிய கோடீஸ்வரர் ஆகிவிடலாம்.

ஒரு திரைப்படத்தை முடிப்பதற்குள் பத்து வீடு கட்டி, பதினைந்து திருமணங்களை நடத்தி முடித்து விடலாம்.

நம்ப முடியவில்லையா?

தன் வாழ்க்கையில் பெரும்பாலானவர்கள் ஒரே ஒரு முறை செய்யும் திருமண ஏற்பாடுகளை சினிமாவில் வெறும் ஐந்து நிமிடக் காட்சிக்காகச செய்வார்கள். நிஜத் திருமணத்திலாவது வைத்த பொருள் வைத்த இடத்திலேயே இருக்கும். சினிமாவில் ஒவ்வொரு ஷாட்டுக்கும் பொருட்களை இடம் மாற்றிக்கொண்டே இருப்பார்கள்.

சினிமா எனும் பெரும் கப்பலை ஓட்டும் டைரக்டர் என்கிற கேப்டன்களின் தலைவலி எத்தகையது என்பது ஓரளவுக்குப் புரிந்திருக்கும்.

இயக்குநர் ஆவதற்குத் தேவையான கதை சொல்வது, எழுதுவது, திரைக்கதையாக்குவது பற்றி ஏற்கெனவே ஓரளவுக்கு அலசிவிட்டதால் அடுத்தக்கட்ட வேலைகளைப் பற்றிப் பார்க்கலாம்.

ஸ்கிரிப்ட் ரெடி. அடுத்து என்ன..? தயாரிப்பாளரைத் தேடுவது தானே?

அது தான் கிடையாது.

திரைக்கதை எழுதி முடிப்பது என்பது வெறும் புள்ளி வைப்பது. அதில் கோலம் போடுவதற்கு ஏகப்பட்ட வளைவு நெளிவுகள் தேவை.

ஷெட்யூலிங் பற்றி முன்பே அறிமுகப்படுத்தி இருப்போம். இந்த ஷெட்யூலிங் தான் முதல்கட்ட வேலை. எத்தனை இடங்களில் படப்பிடிப்பு நடக்கப் போகிறது? பகல் நேரப் படப்பிடிப்பு எத்தனை நாட்கள்? இரவுநேரப் படப்பிடிப்பு எத்தனை நாட்கள்? ஒவ்வொரு இடத்திலும் எத்தனைக் காட்சிகள் படமாக்கப்பட இருக்கின்றன? ஒவ்வொரு காட்சியிலும் எத்தனை நடிகர்கள் நடிக்க உள்ளார்கள்?

எத்தனைத் துணை நடிகர்கள் நடிக்க உள்ளார்கள்? பாடல்களுக்கு எத்தனை நாட்கள்? எத்தனை விதமான ஆடைகள் பயன்படுத்தப்பட உள்ளன எத்தனை ஸ்பெஷல் ப்ராப்பர்ட்டீஸ் பயன்படுத்தப்பட உள்ளன? எத்தனை விதமான வாகனங்கள் தேவைப்படும்?

இத்தனை எத்தனைகளுக்கும் விடைகளைத் திரைக்கதையிலிருந்து எடுத்து வரிசைப்படுத்தி, அவற்றை வைத்துப் படப்பிடிப்புக்கான செலவு இவ்வளவு ஆகும் என்று கணக்கிட முடியும்.

இந்த ஷெட்யூலிங் எப்படித் தயாரிப்பது என்று புத்தகங்களில் படிப்பதை, காணொளிகள் காண்பதைவிட நேரடியாக ஒரு திரைக்கதையைக் கையில் வைத்துக்கொண்டு இயக்குநர்களோ, உதவி இயக்குநர்களோ அதற்கு ஷெட்யூல் போடுவதைப் பார்த்துக் கற்பது சாலச்சிறந்தது. '30 நாட்களில் கார் ஓட்டுவது எப்படி?' என்று புத்தகம் படித்த கதையாகி விடக்கூடாது அல்லவா? படப்பிடிப்பு நடக்க வேண்டிய நாட்களை முடிந்தவரை குறைப்பது தான் இந்த ஷெட்யூல் போடுவதன் முக்கிய நோக்கமாக இருக்க வேண்டும்.

"இவ்வளவு பணம் தேவை" என்று உங்களுக்கு ஒரு பதில் கிடைத்த பிறகு அந்தக் கதைக்கு இந்த அளவு பணம் கொடுக்கக்கூடிய ஆளைத் தேட வேண்டும்.

எழுதி வைத்திருக்கும் திரைக்கதையின் விஷயச் சுருக்கம் (synopsis - இரண்டு பக்கத்துக்கு மேல் இருக்கக்கூடாது) ஒன்றைத் தயார் செய்து வைத்துக்கொண்டு அதை முதலில் தயாரிப்பாளர்களுக்கு அனுப்பி வைக்க வேண்டும்.

பெரும்பாலான தயாரிப்பாளர்கள் முழுக் கதையைக் கேட்கவோ, படிக்கவோ விரும்புவதில்லை. அவர்களுக்கு இந்த விஷயச் சுருக்கத்தை அனுப்பிய பின் தேவைப்பட்டால் முழுத்திரைக்கதையைக் கொடுக்கலாம்.

தயாரிப்பாளர்கள் என்பவர்கள் முதலீட்டாளர்கள் தான். அவர்களின் முதலீடு அவர்களுக்கு எப்படி லாபமாக திரும்பக்கிடைக்கும் என்ற விளக்கத்தையும், நம்பிக்கையையும் கொடுத்தாக வேண்டியது ஒரு இயக்குநரின் பொறுப்பாகும்.

இதெல்லாம் நல்லபடியாக நடந்தால் பிறகு தயாரிப்பு நிறுவனத்துடன் ஓர் ஒப்பந்தம் கையெழுத்தாகும். ஒப்பந்தத்தில் குறிப்பிடப்பட்டிருக்கும் தகவல்கள் இருதரப்பும் ஏற்றுக் கொள்ளும் படியானதாக இருக்கும். (சம்பளம், லாபப் பங்கீடு, உரிமைகள், காலக்கெடு).

சினிமாத்துறையில் புதிய தயாரிப்பாளர் மற்றும் தயாரிப்பு நிறுவனமாக இருக்கும்பட்சத்தில் நிச்சயமாக பட்ஜெட் படமாகத்தான் இருக்கும். பட்ஜெட்டுக்கு ஏற்ப சம்பளம் வாங்கும் நடிகர்கள், குறைந்த வாடகை வசூலிக்கும் படப்பிடிப் புத்தளங்கள் போன்றவற்றைத் தேர்ந்தெடுப்பதும் முக்கியம்.

முடிந்தவரை உள்ளூரிலேயே படப்பிடிப்பின் பெரும்பகுதியைத் திட்டமிடுவது நல்லது. முதல் திரைப்படத்திற்குத் தான் இந்தக் கட்டுப்பாடுகள் எல்லாம். ஜெயித்து விட்டால் "ஒரே பாடலில் ஏழு உலக அதிசயங்களையும் காட்ட வேண்டும்" என்று சொன்னாலும் தயாரிப்பாளர் மறுக்கவே மாட்டார்.

கதையை எழுதும் போதே அந்தக் கதை நடைபெறுவதாக எழுதிய இடங்களை ஒரு பார்வையிடுவது கதையை மெருகூட்டவும், படப்பிடிப்பைத் திட்டமிடவும் உதவும்.

- வாகனங்களை நிறுத்தப் போதுமான இடவசதி இருப்பதை உறுதி செய்து கொள்வது.

- கழிவறை வசதிகள் உள்ளதா? என்று பார்ப்பது.

- மின்சார வசதியை மேற்பார்வையிடுவது. (இல்லாதபட்சத்தில் மின்னியற்றிகள் ஏற்பாடு செய்ய வேண்டும். கூடுதல் செலவு)

ஸ்டோரி போர்டு

சினிமாசார்ந்தநபர்கள் இந்தச்சொல்லைக் கேட்டிருக்க வாய்ப்பு உண்டு. ஆனால் சினிமாக்காரர்கள் பலருக்கே இதன் அர்த்தம் தெரியாது. தெரிந்த இயக்குநர்களும் இதைப் பயன்படுத்துவதில்லை.

ஸ்டோரி போர்டு என்பதை, திரைக்கதையின் காமிக்ஸ் அல்லது கார்ட்டூன் வடிவம் என்று சொல்லலாம். குறிப்பிட்ட காட்சியின் கோணம், காட்சிக்குள் இருக்கும் பொருள்கள், கதாபாத்திரங்கள், கதாபாத்திரங்களின் கோணம் இப்படி எல்லாவற்றையும் விளக்கமாக வரைந்து வைப்பதே ஸ்டோரி போர்டு என்று அழைக்கப்படுகிறது. வரையத் தெரியாதவர்கள் ஓவியர்களை வைத்தோ அல்லது அதற்கென்றே உருவாக்கப்பட்ட மென்பொருளைப் பயன்படுத்தியோ வரைவார்கள்.

படப்பிடிப்பை சுலபமாக்க இதுவும் ஒரு வழிமுறை. ஆனால் பெரும்பாலும் இந்த முறையைப் புதுப்பட இயக்குநர்கள் பின்பற்றுவதில்லை. சில சிக்கலான

காட்சிகளுக்கு மட்டுமாவது ஸ்டோரி போர்டு உருவாக்குவது நல்லது.

குழுத் தேர்வு

சினிமா என்பது ஒரு குழு விளையாட்டு. இதில் குழுவின் அத்தனை பேரையும் பார்த்துப் பார்த்துத் தேர்ந்தெடுக்க வேண்டும். இங்கே குழு என்று குறிப்பிடுவது உதவி இயக்குநர்கள், நடிகர்கள், ஒளிப்பதிவாளர், கலை இயக்குநர், இசையமைப்பாளர் என்று அனைவரையும் தான்.

டிஜிட்டல் யுகத்தில் திறமையாளர்களை கண்டறிவதும், தொடர்புகொள்வதும் மிகவும் சுலமபானது. சமூக வலைத்தளங்கள் அனைத்தையும் பயன்படுத்தத் தொடங்கினாலே பெரும்பாலான திறமைசாலிகளைக் கண்டுபிடித்துவிடலாம். திறமைகளைக் கண்டறிதலே ஒரு தனித்திறமை என்று சொன்னால் மிகையாது.

ஓர் இயக்குநருக்கு சினிமாவின் அத்தனைத் துறைகளிலும் புலமை இருக்க வேண்டிய அவசியம் ஏதுமில்லை. ஆனால் அத்தனைத் துறையினரிடமிருந்தும் தனக்குத் தேவையானதைக் கேட்டு வாங்கும் அறிவிருந்தால் போதும்.

படப்பிடிப்புக்குக் கிளம்பத் தேவையான முன்தயாரிப்புகளோடும், திட்டமிடலோடும் போருக்குக் கிளம்பும் பரிவாரங்களைக் கட்டி மேய்க்க ஓர் இயக்குநருக்கு தெரிந்திருக்க வேண்டிய தகவல்கள் ஏராளம்.

12. ஒளி

போருக்கு ஆயத்தமாகிப் பரிவாரங்களைத் தயார்படுத்துவதற்கு முன்னதாக, போராயுதங்களைப் பற்றிக் கொஞ்சம் அறிந்து வைத்துக்கொள்வது அவசியம்.

கேமரா.

'காதலிக்க நேரமில்லை' படத்தின் நாகேஷ் முதல் 'அவள் வருவாளா' தாமு வரை இயக்குநர் கனவோடு இருக்கும் சினிமா பைத்தியங்கள் அத்தனை பேரும் கட்டை விரலையும் ஆள்காட்டி விரலையும் 90° கோணத்தில் வைத்து இரண்டு கைகளையும் இணைத்து அதன் வழியே எல்லாவற்றையும் பார்ப்பது போலக் காட்டப்படுவது ஏன் என்று தெரியுமா..?

அது தான் ஃப்ரேம் பார்ப்பது. அதாவது கேமரா வழியாக பார்க்கும் போது தெரியும் காட்சியை ஒரு முன்னோட்டமாகப் பார்ப்பது. பாரதிராஜா உட்பட சிலர் ஹேஷ் (#) வடிவத்தில் விரல்களை வைத்தும் பார்ப்பதுண்டு.

'கேமரா என்றாலே பிலிம் கேமரா தான்' என்று இருந்த காலகட்டத்தில் இப்படி ஃப்ரேம் பார்ப்பதற்கெல்லாம் அந்த 5 முதல் 8 கிலோ சமாசாரத்தைத் தூக்கிக்கொண்டு அலைய முடியாது. அதற்கு மாற்றாகத்தான் இந்த விரல் வித்தை.

பிலிம் கேமராக்கள் வழக்கொழிந்து போக அவற்றில் படம்பிடிக்க ஆகும் செலவு தான் முதன்மைக் காரணம். ஹாலிவுட் திரைப்படங்களில் இன்றும் சில திரைப்படங்கள் பிலிம்களில் படம் பிடிக்கப்படுவதுண்டு. பிலிம் ரோல்களை ப்ரொஜக்டரில் சுற்ற வைத்து படம் காட்டும் பழங்கால முறை முற்றும் வழக்கொழிந்த பின்னரும் பிலிம் ரோல்களை உருட்டி படம்பிடித்து அதை டிஜிட்டலுக்கு மாற்றும் இயக்குநர்களும் ஹாலிவுட்டில் இருக்கத்தான் செய்கிறார்கள். ஆனால் நம்ம ஊரில் டிஜிட்டல் முறையே நமக்குப் போதுமானது.

இயக்குநர்களே ஒளிப்பதிவாளர்களாக இருப்பதைப் பற்றி..?

சில ஹோட்டல்களில் ஓனர்களே பரோட்டா மாஸ்டர்களாகி கல்லில் நின்றுகொண்டு வேறு யாரையாவது கல்லாவில் அமர்த்தி விடுவார்கள். பல ஹோட்டல்களில் தனியாக பரோட்டா மாஸ்டர்களை வேலைக்கு அமர்த்தி சம்பளம் தருவார்கள். ஓனர்கள் பரோட்டா மாஸ்டர் ஆவதும் பரோட்டா மாஸ்டர்கள் ஓனர் ஆவதும் ஹோட்டலின் தேவை & ஓனர்களின் முடிவைப் பொறுத்தது. ஆக மொத்தம் பரோட்டா சுவையாக இருத்தல் தான் முக்கிய நோக்கம்.

உதவி இயக்குநர் ஆன புதிதில் போட்டோகிராஃபி தெரிந்த சக உதவி இயக்குநர்கள் கேமராக்களைப்

பற்றி ஆதியந்தம் அத்தனையும் கரைத்துக் குடித்து விவாதித்துக் கொண்டிருப்பதை பே பே என்று வேடிக்கைப் பார்த்துக் கொண்டிருந்து விட்டு "ஆஹா இதெல்லாம் கத்துக்க இன்னும் ஒரு மாமாங்கம் ஆகும் போலருக்கே" என்று உள்ளுக்குள் கிலியானது.

இயக்குநர் சிகரம் கே.பாலச்சந்தர் அவர்களிடம் ஒரு பேட்டியில் கேமராக்கள் பற்றிக் கேட்கப்பட்ட போது "ஒரு எழுத்தாளன் கிட்ட எழுத்தைப்பற்றி கேளுங்க அவன் எழுதுற பேனாவைப் பற்றி இல்லை" என்று பதில் சொல்லி இருந்தார். அதைப் படித்தபின் ஓர் ஆசுவாசம் கிடைத்தது.

அவர் "கேமராக்களைப் பற்றி கவலை கொள்ளவே வேண்டாம்" என்று சொல்லவில்லை. ஆனால் அதை விட முக்கியம் "கேமரா வழியாக எதைப் படம்பிடிக்கிறோம் என்பதில் கவனம் செலுத்த வேண்டும்" என்பதுதான்.

ஐ-போன் மூலம் படம் பிடிக்கப்பட்ட திரைப்படங்களும் உண்டு. (எ.கா) *unsane, searching for superman.* ஹேண்டிகேம் எனப்படும் கையடக்கக் கேமராவில் படம்பிடிக்கப்பட்ட திரைப்படங்களும் தமிழிலேயே உண்டு (எ.கா) வழக்கு எண் *18/9.* அதற்காக கேமராக்களைப் பற்றி ஒன்றுமே தெரியாமல் இயக்குநர் ஆகலாம் என்று சொல்வதும் அபத்தம்.

லென்ஸ்களின் வகைகளைப் பொறுத்து அவற்றின் பயன்பாடுகள். *35mm , 50 mm , 18 mm , 75mm, 100 mm* என்று எந்தெந்த லென்ஸ் எந்தக் கேமராவில் என்ன வகையாக பயன்படுகிறது என்று ப்ராக்டிகலாக தெரிந்துகொள்வது நல்லது.

ஃபில்டர்கள்

ஆண்ட்ராய் யுகத்தில் ஃபில்டர்களைப் பற்றிப் பெரிதாக அறிமுகம் செய்ய வேண்டிய தேவை இருக்காது. டிஜிட்டல் ஃபில்டர்கள் போலவே அனலாக் ஃபில்டர்களும் உண்டு.

பச்சை நிறக்கண்ணாடி மூலம் பார்க்கும் போது உலகமே பச்சையாகத் தெரியக் காரணம் அந்தக்கண்ணாடி பச்சை நிற ஒளியைத்தவிர மற்ற நிறங்களை வடிகட்டிவிடுவதால் தான். இதைப் போல பல சமாச்சாரங்களை வடிகட்டும் வடிகட்டிகள் தான் இந்த ஃபில்டர்கள்.

ஆட்களின் முகத்தை பளபளப்பாக காட்டுவதை விடவும் ஃபில்டர்களுக்கு நிறைய வேலைகள் சினிமாவில் உண்டு. கண் கூசும் அளவுக்கு பளீரென்று ஒளிரும் பொருட்களைப் படம்பிடிக்கும் போது அந்த விழிகூசச் செய்யும் ஒளியை மட்டுப்படுத்த ஃபில்டர்கள் பயன்படுகிறது. (எ.கா) உச்சி வெயில் நேரம் என்று காட்ட மதிய நேரத்து சூரியனைப் படம்பிடிப்பது போலரைஸ்ட் ஃபில்டர் இல்லாமல் சாத்தியமே இல்லை. வானின் நிறத்தை மாற்றுவது, படத்தின் நிறத்தைச் சரிசெய்வது, இரவைப் பகலாக காட்டுவது , பகலை இரவாகக் காட்டுவது, (திருடர் குல திலகம் திகில் பாண்டி 100 வது திருட்டை திருடப்போவது ப்ளூ ஃபில்டர் போடப்பட்டு இரவுபோல் காட்டப்பட்ட பகலில் எடுக்கப்பட்ட காட்சி) பருவ காலங்களை வேறுபடுத்திக்காட்ட என்று பல ஃபில்டர்கள் உண்டு.

குறிப்பிட்ட காட்சியில் வரும் கதாபாத்திரம் பைனாகுலரில் பார்ப்பது போலவோ அல்லது சாவித்துளை வழியாகப் பார்ப்பது போலவோ காட்சிகளை உருவாக்கவும் அந்தந்த வடிவத்தில்

வெட்டப்பட்ட அட்டையாலான ஃபில்டர்களே பயன்படுகின்றன. பிரபல ஒளிப்பதிவாளர்கள் இந்த ஃபில்டர்களை சரியான முறையில் காட்சியின் தேவைக்கேற்ப பயன்படுத்துவதில் கில்லாடிகளாக இருப்பார்கள்.

விளக்குகள்

ரேஷன் கார்ட் இல்லாத வீடுகள் கூட இருக்கலாம். ரிங் லைட் இல்லாத வீடுகள் தற்காலத்தில் இருக்க வாய்ப்பே இல்லை. ரீல்ஸ் செய்ய, செல்ஃபி எடுக்க, யூடியூப் வீடியோ எடுக்க, ஆன்லைன் வகுப்பெடுக்க, அலுவலக வேலைகள் சார்ந்த ஸூம் மீட்டிங்கிற்கு என்று இந்த சின்னஞ்சிறு ரிங் லைட்டுகள் சனி கிரகத்து வளையம் போல நம் செல்போன்களைச் சுற்றி நிரந்தரமாகி விட்டன.

காணொளியின் தரத்தை முடிவு செய்வதில் இந்தச் செயற்கை ஒளிகளுக்கு முக்கியப்பங்கு உண்டு. படப்பிடிப்புத் தளத்தில் பரபரப்பாய் இங்கும் அங்கும் பெரிய பெரிய விளக்குகளைத் தூக்கிக்கொண்டு நடக்கும் லைட்மேன்கள் சரியானபடி விளக்குகளைப் பொருத்தி தேவையான ஒளியை உருவாக்கி வைத்த பிறகு தான் "ஷாட் ரெடி" என்று நடிகர்களை அழைப்பார்கள். அதாவது "படம்பிடிக்க தயாராகிவிட்டோம்" என்பதே விளக்குகளை சரியாக பொருத்துவதைத்தான் குறிப்பிடுவார்கள்.

அடிப்படையில் நான்கு வகையான லைட்கள் தான் பயன்படுத்தப்படும்.

கீ லைட்

முதன்மையான வெளிச்சத்தைத் தரக்கூடியது தான் இந்த கீ லைட். படம் பிடிக்கப்படும் கதாபாத்திரமோ,

பொருளோ தெளிவாகத் தெரிவதற்காக இது பயன்படுத்தப்படுகிறது. இதில் இரண்டு வகை உண்டு.

1. லோ கீ லைட் - வில்லன் இருட்டு அறையில் நின்றுகொண்டு மொபைலில் யாரையோ மிரட்டும் காட்சியில் வில்லனின் முகத்துக்கு மட்டும் வெளிச்சம் தந்தால் போதும். அது தான் லோ கீ லைட்.

2. ஹை கீ லைட் - தெருவில் நடந்து வரும் ஹீரோயினை முதல் முறையாக பார்க்கும் ஹீரோவின் முகம் ஆயிரம் வாட்ஸ் பல்பைப் போல பிரகாசமாவதற்கு இந்த ஹை கீ லைட்.

ஃபில் லைட்

கீ லைட்டுக்கு நேர் எதிராக வைக்கப்படும் இந்த ஃபில் லைட் கீ லைட் மூலம் வரும் வெளிச்சத்தை மென்மையாக்கவும், அந்த வெளிச்சத்தில் உருவாகும் நிழலை மறைக்கவும் பயன்படுகிறது.

பேக் லைட்

நடிகர்களின் பின்பக்கத்தில் இருக்கும் இது பின்னணியில் இருந்து அவர்களைத் தனியாகப் பிரித்துக்காட்டப் பயன்படுகிறது.

பேக்ரவுண்ட் லைட்

நடிக்கும் கதாபாத்திரங்களோடு சேர்த்து பின்வெளியையும் காட்டுவதற்கு இந்த பேக்ரவுண்ட் லைட்கள் பயன்படும்.

ரிஃப்ளெக்டர் - வெள்ளை நிற தெர்மாகோல் அட்டைகள். ஒளிவிளக்குகளை பயன்படுத்த முடியாத, சூரிய வெளிச்சத்தில் படம்பிடிக்கப்படும்

காட்சிகளில் தேவையான கோணங்களுக்கு ஒளியைப் பிரதிபலிக்க இந்த அட்டைகள் பயன்படும்.

ஸ்க்ரிம்ஸ்: அப்படியே ரிஃப்ளெக்டருக்கு எதிரானது. அதிகப்படியான ஒளியை கட்டுப்படுத்த ஒளிமூலங்களுக்கு முன் கட்டப்படுவது (ஒளிமூலம் சூரியனாக இருந்தால் வெளிச்சம் வரும் வழியாகக் கட்டப்படும். சூரியனுக்கெல்லாம் தடுப்பு கட்டமுடியாது அல்லவா..?) கண்ணாடிக்கதவுகளில் ஒட்டப்படும் நெகிழியால் ஆன ஃபிலிம்களே இதற்கு பயன்படுத்தப்படுகின்றன.

டிப்ஃப்யூஸ்ட்க்ளாஸ் : ஒளிமூலங்களில் இருந்து வரும் ஒளியின் மென்மைத்தன்மையை அதிகரிக்கவே இந்த டிப்ஃப்யூஸ்ட் க்ளாஸ் பயன்படுகின்றது. படப்பிடிப்பு நேரத்தில் படாரென்று வெடிப்பது இந்த கண்ணாடிகள் தான். காரணம் அந்த விளக்குகளில் இருந்து வெளிப்படும் வெப்பம். உதவி இயக்குநர்கள் மட்டுமல்லாமல் புதிதாக ஷூட்டிங்குக்கு வரும் எல்லாருக்கும் தரப்படும் முதல் எச்சரிக்கை "லைட்டு பக்கத்துல ஜாக்கிரதையா நில்லு" என்பது தான்.

இந்த லைட்மேன் & குழுவை நிர்வகிப்பதும் பெரும்பாலும் ஒளிப்பதிவாளர்கள் தான். திறமையான ஒளிப்பதிவாளர் இந்த லைட்களை சரியாக பயன்படுத்துபவராக இருப்பார்.

சிவாஜி திரைப்படத்தின் 'வாஜி வாஜி' பாடலின் படப்பிடிப்பு கண்ணாடியினால் உருவாக்கப்பட்ட செயற்கை மாளிகையில் நடக்கிறது. செட் வேலைப்பாடுகள் அத்தனையும் முடித்து விட்டு விளக்குகளை ஒளிரவிட்ட பின்தான் இயக்குநர் ஷங்கருக்கு விபரீதம் புரிந்தது.

360° கண்ணாடியினாலான மாளிகை செட்டில் லைட் எரிய விட்டால் அது ஒன்றுக்கொன்று எதிர் எதிராக பிரதிபலித்து கண்களை கூசச்செய்யும் ஒளி உருவாகிறது. என்ன செய்வதென்று தெரியாமல் குழம்பி நின்றபோது அந்த திரைப்படத்தின் ஒளிப்பதிவாளர் கே.வி.ஆனந்த் (அவர் ஒளிப்பதிவாளராக வேலை பார்த்த கடைசி திரைப் படம்) அங்கு வந்து அத்தனை விளக்குகளையும் கண்ணாடிகளை நோக்கி இல்லாமல் சுவர்களை நோக்கி திருப்பி வைக்கச்சொல்ல, அந்த இடமே அழகாக மாறியது.

மேற்சொன்னவைதான் லைட்டிங்கில் தெரிந்து கொள்ள வேண்டிய அடிப்படைகள்.

ஒளிக்கே இவ்வளவு வேலைகள். இன்னும் ஒலிக்கு தயாராக வேண்டும். நடிகர்களைத் தயார்படுத்த வேண்டும். அப்புறம் தான் "ரோல் கேமரா, ஆக்ஷன்"

13. ஒலி

உங்களை மிகவும் பயமுறுத்திய பேய்ப்படம் ஒன்றை மீண்டும் பார்க்க நேர்ந்தால் அந்தத் திரைப்படத்தில் மிகமிகப் பயமுறுத்தும் காட்சியொன்றை சத்தமில்லாமல் ஊமைப்படமாக ஒருமுறை பார்க்கவும்.

நிச்சயம் உங்களுக்குத் துளியளவும் பயமோ, அதிர்ச்சியோ இருக்காது.

காரணம்..?

காலங்காலமாகப் பேய்ப்படங்கள் சப்தங்களின் மூலமாகவே நம்மைப் பயமுறுத்துகின்றன. ஒளியை அடிப்படையாக வைத்து பயமுறுத்தும் 'லைட்ஸ் அவுட்' திரைப்படமும் கூட ஒலியில்லாமல் பார்த்தால் பயமுறுத்தாது. காரணம் நம் உணர்வுகள் ஒலிகளோடு ஒன்றிணைந்தவை.

நல்லதொரு சோகக்காட்சியின் பின்னணி இசையை மாற்றி எடிட் செய்து நகைச்சுவைக் காட்சியாக மாற்ற முடியும்.

வசனம்.

வசனத்தை ஒலிப்பதிவு செய்ய டிஜிட்டல் கேமராக்களில் இருக்கும் மைக் சரிவராது. அதற்காகவே பூம் மைக் எனப்படும் தனியான ஒலிப்பதிவுக்கருவி பயன்படுத்தப்படும். புசுபுசுவென உயர்சாதிப் பூனைகளின் முடியால் செய்ததைப் போன்றதொரு சமாசாரத்தை பெரிய கம்பின் நுனியின் மாட்டி வசனம் பேசும் நடிகருக்கு அருகில் நீட்டிப் பிடித்திருப்பதை ஷூட்டிங் காட்சிகளில் பார்த்திருப்பீர்கள். தொழில்நுட்ப வளர்ச்சி இங்கேயும் பலவிதக் கருவிகளைக் களமிறக்கியுள்ளது.

"பேனா எதுவாக இருந்தால் என்ன? எழுத்து தான் நமக்கு முக்கியம்." மைக்கிற்கும் இந்த வாக்கியம் பொருந்துமல்லவா? கதாபாத்திரம் பேசும் வசனத்தை ரெக்கார்ட் செய்து வைத்தாக வேண்டியது தான் நமது முக்கிய நோக்கம். அதைச் செய்யத் தவறினால்?

ஒரு லோ பட்ஜெட் திரைப்படத்தின் முக்கியமான காட்சிகளைப் படம்பிடிக்கும் போது ஒலிப்பதிவுக் கருவிகளைச் சரியாகப் பொருத்தாமல் விட்டு விட்டார்கள். (சில காட்சிகளில் பொருத்தவே இல்லை). படப்பிடிப்பு முடிந்து டப்பிங்கிற்குப் போனபோது தான் ஒலிப்பதிவு செய்து வைக்காதது எத்தனை பெரிய தவறு என்று புரிந்தது.

ஒரு நடிகர் ஒரு நிமிட வசனத்தைப் பேசுகிறார் எனில் அந்த ஒரு நிமிட வசனமும் டயலாக் பேப்பரில் இருந்த வசனமாகவே இருக்க வேண்டும் என்று அவசியம் இல்லை. சொந்தமாக சில வசனங்களைப் பேசி இருப்பார். காட்சிக்கு ஏற்றதாக இருந்ததால் இயக்குநரும் அதை "டேக் ஓகே" என்று

ஏற்றுக்கொண்டார். ஆனால் டப்பிங் பேச வரும்போது அதே பழைய டயலாக் பேப்பர் தரப்படுகிறது. அதில் அந்த நடிகர் தானாக பேசிய டயலாக் இல்லை (இணை இயக்குநர்கள் இப்படி மாறும் வசனங்களைக் குறிப்பெடுத்து வைக்க வேண்டும்). அது ஒலிப்பதிவு செய்யப்படாத காட்சி. "ஏதோ பேசி இருக்கேன். ஆனா என்னன்னு ஞாபகம் இல்லயே?" என்று நடிகர் தலையைச் சொறிகிறார். ஒலிப்பதிவு அரங்கம் ஒன்றும் தேர்வு அறை கிடையாது, நின்று நிதானமாக யோசித்து நினைவுக்கு கொண்டு வந்து பேச. ஒரு மணி நேரத்துக்கு ஆயிரக்கணக்கில் வாடகை.

அடுத்த நாள் இயக்குநரிடமிருந்து உதவி இயக்குநர்கள் குழுவுக்கு ஓர் உத்தரவு வந்தது "ஃபுட்டேஜ் ப்ளே பண்ணி எல்லா கேரக்டரோட டயலாக்கையும் எழுதி தனியா ஒரு டயலாக் பேப்பர் ரெடி பண்ணுங்க".

"எப்படி?"

"லிப் மூவ்மெண்ட் வச்சி பழைய டயலாக்கோட சிங்க் ஆகுற வார்த்தைகள வச்சி குத்துமதிப்பா எழுதுங்க"

சிக்கல் என்னவென்றால் முக்கியக் கதாபாத்திரத்தை ஏற்று நடித்திருப்பவர் கன்னியாகுமரிக்காரர். ஐம்பது நொடிகள் பேச வேண்டிய வசனத்தை இருபத்தைந்து நொடிகளில் பேசி விடுவார். வீடியோவை .75× அல்லது .5× வேகத்தில் ஓடவிட்டு இரண்டு நாட்கள் இராப்பகலாக தூக்கம் தொலைத்து வசனங்களை எல்லாம் தனித்தனியாக எழுதி, தட்டச்சு செய்து, பிரிண்ட் எடுத்து வைத்து விட்டு அடுத்த நாள் டப்பிங் ஆரம்பித்தோம்.

ஐந்து பேரும் ஜோம்பிகளாக மாறி ஒருவரையொருவர் கடித்துக்கொள்ளாத குறைதான். பைலட் ஆடியோ

என்று சொல்லப்படும் படப்பிடிப்பின் போது ஒலிப்பதிவு செய்யப்பட்ட வசனங்கள் எத்தனை முக்கியம் என்பது இப்போது புரிந்திருக்கும்.

ஜெராக்ஸ் என்பது கிரேக்க வார்த்தை. ஜெராக்ஸ் ஹோல்டிங் என்ற அமெரிக்க நிறுவனம் ஒன்று நகலெடுக்கும் கருவிகளைத் தயாரித்து விற்க ஆரம்பித்தது. அந்த நிறுவனத்தின் பெயரால் அந்தக் கருவிகள் ஜெராக்ஸ் கருவிகள் என்றும், நகலெடுப்பதே ஜெராக்ஸ் எடுப்பது என்றும் மாறியது.

மேற்சொன்ன கதையேதான் ஒலிப்பதிவுக் கருவிகளைத் தயாரிக்கும் நாகரா நிறுவனத்திலும் நடந்துள்ளது. போர்ட்டபிள் ரெகார்டர்களைத் தயாரித்த நாகரா நிறுவனத்தின் பெயராலேயே எல்லா ஒலிப்பதிவுக் கருவிகளும் நாகரா கருவிகள் என்று அழைக்கப்பட்டன. தற்கால டிஜே மிக்சர்களின் கொள்ளு தாத்தா போல இருக்கும் இந்தக்கருவி.

பாடல் காட்சிகள் படம் பிடிக்கப்படும் போதும் நாகரா கருவிகளின் தேவை இன்றியமையாதது. அவை கேமராவோடு கச்சிதமாக ஒத்திசையக் கூடியவை. ஆனால் தினம் 2000 ரூபாய்க்கு மேல் பேட்டரிகள் தேவைப்படும் ('டி' சைஸ் பேட்டரிகள் 12) இந்தக் கருவிகளைக் காட்டிலும் எத்தனையோ நவீன தொழில்நுட்பக் கருவிகள் வந்துவிட்டன.

உதவி இயக்குநர்களின் முக்கியமான வேலைகளில் ஒன்றாக க்ளாப் அடிப்பதைப் பற்றிச் சொன்னது நினைவிருக்கும். ஃபிலிம் ரோல் கேமராக்களில் படப்பிடிப்பு நடக்கும் போது இந்த க்ளாப் அடிக்கப்படும். சீன் ரெண்டு, டேக் ஆறு என்று க்ளாப் அடிப்பவர் கத்துவதைக் கேட்டிருப்பீர்கள்.

எடுக்கப்படும் காட்சியின் எண் சீன் நம்பர். எத்தனையாவது முறை எடுக்கப்படுகிறது என்பது டேக் நம்பர். "டேக் ஓகே" என்று டைரக்டர் சொல்லும் வரை இந்த டேக் நம்பர் ஒவ்வொன்றாக உயர்ந்துகொண்டே செல்லும்.

ஆடியோ தனியாக ரெக்கார்ட் ஆகிக்கொண்டு இருக்கும். ஆடியோவின் எந்தப் பகுதியை 'ஓகே டேக்' பகுதியுடன் ஒத்திசைக்க வேண்டும் என்பதை எடிட்டர் கண்டறியவே இந்த க்ளாப் அடிக்கப்படுகிறது.

டிஜிட்டல் கேமராக்களின் யுகத்தில் இந்த க்ளாப் அடிப்பது தேவையற்றது என்றாலும் சாங்கியத்திற்காக அடிக்கப்படுகிறது. கேமராவின் வ்யூஃபைண்டர் ஸ்க்ரீனில் தெரியும் அந்தந்த சீனுக்கு உண்டான ஷாட் நம்பரைக் குறித்து வைத்துக்கொண்டு அந்த எண்ணுக்கு நேராக அந்த டேக் ஓகே அல்லது நாட் ஓகே என்பதைக் குறித்துக்கொண்டால் போதும். இதைத் தான் 'எடிட் ரிப்போர்ட்' என்று கூறுவார்கள். எடிட் ரிப்போர்ட் ஃபார்மெட் கூகுளில் கிடைக்கும். அதை *100 நகல் எடுத்து பைண்ட் செய்து வைத்துக்கொள்ள* வேண்டும்.

ஃபோலி எஃபெக்ட்

வசனம் டப்பிங் மூலம் சேர்க்கப்படுகிறது. துப்பாக்கி சுடுதல், கதவு திறந்து மூடுதல், கதவு தட்டப்படுதல், விலங்குகளின் சத்தம், வாள் வீச்சு... இது மாதிரியான வழக்கமான சில சத்தங்கள் ஏற்கனவே பதிவு செய்யப்பட்டு தேவைக்கேற்ப சேர்க்கப்படும்.

ஆனால் சில சிறப்பு சப்தங்கள் காட்சிகளுக்கு ஏற்ப உருவாக்கப்படும். ஃபோலே எஃபெக்ட் என்று அழைக்கப்படும் இந்தத் தொழில்நுட்பம் சினிமாவின்

ஆதிகாலத்திலிருந்தே பயன்பாட்டில் உள்ளது. (இதை உருவாக்கிய ஃபோலி இறந்தே 50 வருடங்களுக்கு மேல் ஆகிறது).

கார்ட்டூன்களில் இந்த ஃபோலி எஃபெக்ட் மூலம் உருவாக்கப்பட்ட ஒலிகளை நன்றாகக் கவனிக்க முடியும். எடுத்துக்காட்டாக... குதிரைகள் ஓடும் சத்தம் சிறிய கட்டைகளை ஒன்றுடன் ஒன்று தட்டி உருவாக்கப்படும்.

ஆம்பியன்ஸ் சவுண்ட்

கதாநாயகனும் கதாநாயகியும் மார்கெட்டில் காய்கறிகளை வாங்கிக் கொண்டிருக்கிறார்கள். காய்கறி மார்கெட் சத்தத்தை எந்த ஃபோலே ஆர்ட்டிஸ்ட்டும் உருவாக்க முடியாது. பூம் மைக்கில் ரெக்கார்ட் ஆகும் ஒலி அவ்வளவு திருப்தியாக இருக்காது. எனவே தான் இந்த மாதிரியான சுற்றுப்புறச்சூழல் ஒலிகளை நேரடியாகச் சென்று பதிவு செய்வதே ஆம்பியன்ஸ் சவுண்ட் எனப்படும். (எ.கா)தொழிற்சாலைகள், போக்குவரத்து நெரிசல் மிகுந்த சாலை, அருவி, திருவிழாக்கூட்டம்...

லைவ் ரெக்கார்டிங்

இயல்பாகப் படப்பிடிப்பு நடக்கும்போது கேட்கும் சத்தங்களையும் அப்போது பேசப்படும் வசனங்களையும் மட்டுமே வைத்து படமாக்கப்படும் திரைப்படங்களும் உண்டு. ஆனால் செவிகளுக்கு அத்தனை இனிமையானதாக இந்தத் திரைப்படங்கள் இருக்காது. இந்த மாதிரியான சோதனை முயற்சிகள் பாராட்டுக்குரியவைதான். ஆனால் தலைகீழாக கைகளால் படியேறுவது போலத் தேவையற்றது.

பாடல்கள் & பின்னணி இசை

இசையால் வசமாக இதயம் எது என்று கேட்கும் தேசம் நம்முடையது. கதைக்காக ஓடாத படங்களும் பாடல்களுக்காக ஓடிய வரலாறு உண்டு. பாடல்கள் திரைப்படங்களை விடவும் காலம் தாண்டி நிலைக்கக்கூடியவை.

"தென்றல் உறங்கிய போதும் திங்கள் உறங்கிய போதும் கண்கள் உறங்கிடுமா காதல் கண்கள் உறங்கிடுமா" பாடலைக் கேட்டிருப்பீர்கள், பார்த்தும் இருப்பீர்கள். அந்தப்பாடல் இடம்பெற்ற திரைப்படத்தின் பெயர் 'பெற்ற மகனை விற்ற அன்னை' என்று எத்தனை பேருக்குத் தெரியும்..?

பாடல்களும் பின்னணி இசையும் பார்வையாளர்களின் மனவோட்டத்தைக் காட்சிகளோடும் கதையோடும் ஒன்றிணைக்கப் பயன்படுகின்றன. திரைக்கதையில் சரியான இடத்தில் பாடல்கள் இடம்பெறுவதை முடிவு செய்வதும் ஒரு சிறந்த இயக்குநருக்கு கைவந்த கலையாக இருக்கும்.

ஒளியும் ஒலியும் தயார். அடுத்து, இயக்குநர் என்ற பெயருக்குக் காரணமான, நடிகர்களை இயக்கி வைக்கும் வேலையை எப்படி செய்வது என்று பார்ப்போம்.

14. தோல் பாவைகள்

தோல்பாவைக்கூத்து கேள்விப்பட்டிருக்கிறீர்களா?

எல்லோருக்கும் தெரியும்படியாகச் சொல்வ தென்றால்... 'தசாவதாரம்' படத்தின் 'முகுந்தா முகுந்தா' பாடலில் அசின் சிறிது நேரம் தோல்பாவைக் கூத்து நடத்தி இருப்பார்.

துணியால் மூடப்பட்ட அறை போன்ற அமைப்புக்குள் ஒரு பக்கம் மட்டும் வெள்ளைத் துணி திரைச்சீலை போல இருக்கும். அதன் மீது விளக்கொளி பட்டு ஒளிரும் வகையில் அமைக்கப்பட்டிருக்கும். அதன் பின்னால் இருக்கும் பாவைக்கூத்துக் கலைஞர், தோலால் செய்த உருவப் பொம்மைகளைத் துணிக்கு அருகில் வைத்து கதைக்கேற்றாற் போல ஆட்டுவிப்பார். அந்த பொம்மைகளுக்குக் குரல் கொடுப்பதும் இவரே. பொதுவாக தோல்பாவைக் கூத்துக் கலைஞர்கள் பலகுரல் வித்தகர்களாகவும் இருப்பார்கள். காட்சிக்கு ஏற்றபடி பாவைகளை அடுக்கி வைப்பது, உடனுக்குடன் அவற்றை

மாற்றுவது, பாவைக்கு ஏற்றபடி குரலை மாற்றுவது, வசனமும் பிறழாமல் பாவையும் மாறாமல் பார்வையாளர்களை ஒன்ற வைக்கும் வித்தகர்களாகவும் இருப்பார்கள்.

அழிந்து வரும் பழங்கால நாட்டுப்புறக் கலைகளில் ஒன்றான இந்த தோல்பாவைக் கூத்துக் கலைஞர்களின் நவநாகரீக வடிவம் தான் சினிமா இயக்குநர்கள்.

தோல்பாவைக்குப் பதிலாக உயிரும் உடலும் கொண்ட மனிதப் பாவைகளே கிடைத்துவிட்ட போதும் ஆட்டுவிக்கும் வேலை எந்த விதத்திலும் சுலபமாகி விடவில்லை. சரியான நடிகர்களைத் தேர்ந்தெடுப்பது தான் முதற்கட்டம்.

இந்த "சரியான" என்ற வார்த்தைக்கு அர்த்தம், கதாபாத்திரத்திற்குச் சரியான நடிகர்களைத் தேர்ந்தெடுக்க வேண்டும் என்பதே.

பணம் கொடுக்கிறார் என்பதற்காக தயாரிப்பாளரின் மாப்பிள்ளையை கதாநாயகனின் நண்பனாக நடிக்க வைப்பது, நிறைய ரசிகப் பட்டாளம் உள்ள நடிகர் என்பதற்காக கதைக்குப் பொருந்தாத எதாவது ஒரு முன்னணி நடிகர்களை நடிக்க வைப்பது, காவல் அதிகாரி கதாபாத்திரத்திற்கு 4.5 அடியில் ஒரு நடிகரை தேர்ந்தெடுப்பது... இது போன்ற வேலைகள் அறவே கூடாது.

ஹாலிவுட் திரைப்படங்களில் எத்தனை பெரியக் கொம்பு முளைத்த நடிகனாக இருந்தாலும் ஆடிஷனில் கலந்து கொண்டு தேர்வான பிறகே படப்பிடிப்புக்குச் செல்ல வேண்டும். மாபெரும் நடிகராகவே இருந்தாலும் அங்கே இயக்குபவரின் பேச்சைக் கேட்டுத்தான் நடிக்க வேண்டும்.

இந்தியத் திரையுலகம் அந்த நிலையை எட்ட அடுத்த தலைமுறை இயக்குநர்களான தற்கால உதவி இயக்குநர்கள் தான் முடிவெடுக்க வேண்டும்.

தேர்ந்தெடுக்கப்பட்ட நடிகர்களை மொத்தமாகப் படப்பிடிப்பு அன்று நேரில் வரவழைத்து லைட் அமைக்கும் நேரத்தில் அன்றைய காட்சிகளை விளக்குவார்கள். கதை என்ன, எதற்காக இந்த வசனத்தைப் பேசுகிறோம்..? என்றே தெரியாமல் வந்து நடிக்க வைத்துவிட்டு அனுப்புகிறவர்கள் தான் பெரும்பான்மை.

ஒரு வெப் சீரிஸிலோ அல்லது திரைப்படத்திலோ நண்பர்களாக நடிக்கப் போகும் நால்வரைக் குறைந்தபட்சம் நான்கு நாட்களாவது ஒன்றாக இருக்க வைத்தல் அல்லது படப்பிடிப்பிற்கு முன்பு அவர்களுடன் ஒரு கெட் டு கெதர் ஏற்பாடு செய்வது அவர்களிடம் நடிப்பின் இயல்புத்தன்மையை அதிகரிக்கும் என்பது நிரூபிக்கப்பட்ட உண்மை.

அதே நால்வர் நான்கு வருடங்களுக்கு ஒன்றாக நடிக்கப் போகிறார்கள் என்றால் முதல் நான்கு மாதங்களுக்குப் பிறகு இந்த வித்தியாசம் தெரியும்.

டேபிள் ரீடிங்

வழக்கமாக முக்கியக் கதாபாத்திரங்களுக்கு மட்டுமே முழுக்கதையும் சொல்லப்படும். கதை மட்டுமே. வசனமெல்லாம் நடிப்பதற்கு சில மணி நேரங்களுக்கு முன்புதான் தரப்படும். துணைக் கதாபாத்திரங்கள் பலருக்கு மேக்கப் போட்ட பிறகே டயலாக் பேப்பர் தரப்படும்.

பிரதிபலனாக டயலாக்கில் சொதப்பி சொதப்பியே 15 டேக் போய் விடும். 5 டேக்குக்கு மேல் போனால்

இயக்குநர் டென்ஷனாகி அது அத்தனை பேரையும் டென்ஷனாக்கி விடும்.

இந்த டென்ஷன் தலைவலிகளை எல்லாம் தவிர்க்கத் தான் டேபிள் ரிடிங் அவசியம். ஒரு பக்கத்திற்கு மேல் வசனம் பேச வேண்டியிருக்கும் அத்தனை பேரையும் வரவழைத்து வசனங்களை ஒருவருக்கொருவர் பேசி பயிற்சி எடுப்பதற்கு பெயர் தான் டேபிள் ரீடிங். கிட்டத்தட்ட நாடக ஒத்திகையைப் போலவே தான் இதுவும்.

சமீப காலத்தில் சூரரைப் போற்று திரைப்படத்திற்கு இப்படி ஒத்திகை நடத்தப்பட்டது.

டேபிள் ரீடிங் என்பது வெறும் வசனங்களை மனப்பாடம் செய்யும் வேலை அல்ல. உச்சரிப்பையும் உணர்ச்சிகளையும் படப்பிடிப்பின் போது எப்படி பேசப்போகிறார்களோ அச்சு அசலாக அப்படியே பேசும் வரை ஒத்திகை பார்ப்பது தான் இந்த டேபிள் ரீடிங்.

"அடப்பாவி மவனே, சாதாரண வயித்து வலிக்காக தற்கொலை பண்ணிக்கலாமா" என்ற வசனத்தை "அறம் செய்ய விரும்பு. ஆறுவது சினம்" என்ற மாடுலேஷனில் படிப்பது நன்றாகவா இருக்கும்?

இரண்டரை மணி நேரத் திரைப்படத்திற்கு 4-5 நாட்கள் பயிற்சியாவது குறைந்தபட்சம் தேவை.

இந்த ஒத்திகையின் இன்னொரு பலன், நடிகருக்கு வசதியாக அவர் பேசுவதற்கு ஏற்றாற் போல வசனங்களைத் திருத்திக்கொள்ளலாம். தேவையென்றால் அவர்களின் வட்டார வழக்குகளில் கூட சில வார்த்தைகளை மாற்றிக்கொள்ளலாம்.

ஒத்திகை

"இதென்ன மேடை நாடகமா ஒத்திகை பாக்குறதுக்கு?"என்று கேட்பவர்கள்தான் அதிகம். ஆனால் 'மேடை நாடகத்தை விடவும் பல ஆயிரம் மடங்கு செலவு செய்து எடுக்கப்படும் திரைப்படங்களுக்கு கொஞ்சம் ஒத்திகை பார்த்தால் தான் என்ன..?' என்று எதிரிலிருந்து வரும் கேள்வியையும் தவிர்க்க முடியாது.

நடிகர்கள் தேர்வு முடிந்து படப்பிடிப்பிற்குச் சில நாட்கள் இடைவெளி உள்ளது என்கிற பட்சத்தில் நாடகஒத்திகையைப்போலமுக்கியமானகாட்சிகளை மட்டுமாவது ஒத்திகை பார்த்துக் கொள்வது நல்லது. இந்த ஒத்திகையோடு கதாபாத்திரத்திற்கு என்று தனிப்பட்ட உடல்மொழி எதாவது இருப்பின் அதையும் பயிற்சி எடுத்துக் கொள்ள வைக்கலாம்.

எடுத்துக்காட்டாக... 'அவன் இவன்' திரைப்படத்தில் பிளவுக்கண் கொண்டவராக நடித்த விஷால், காசி விக்ரம், வரலாறு அஜீத், தாசாவதாரம் திரைப்படத்தின் கமல்கள், பேரழகன் சூர்யா.

ப்ளாக்கிங்

கேமராவை இயக்குவதற்கு முன் நடிகர்கள் குறிப்பிட்ட காட்சியில் எந்த இடத்தில் நின்று, எப்படி வசனத்தைப் பேச வேண்டும், எவ்வளவு தூரம் நடக்க வேண்டும்..? இத்தனையையும் கணக்கிட்டுச் சொல்லித் தருவது தான் ப்ளாக்கிங்.

நடிக்கும் ஆர்வத்தில் அந்த நடிகர் பக்கத்து அறை வரைக்கும் நடந்து போய் நடித்தால் ட்ராலியில் இருக்கும் கேமராவையும் பின்னால் தூக்கிக்கொண்டு ஓட முடியாதே.

சில இயக்குநர்கள் பற்றிப் பரவலாக நிலவும் ஒரு கருத்து "சரியா நடிக்கலன்னா இவரு செம்ம கோவமா திட்டுவாரு. அடிக்கக்கூட செய்வாரு".

அதில் ஓரளவு உண்மையும் உண்டு. " நான் ரொம்ப டெரரு" என்று காட்டிக்கொள்ள வேண்டுமானால் இது பயன்படுமேயொழிய ஒரு பைசாவுக்குக் கூட இதனால் நன்மை கிடையாது.

எவ்வளவு அனுபவம் வாய்ந்த பழம்பெரும் நடிகராக இருந்தாலும் அவர் இயக்குநருக்கு அடுத்து தான். கேமராவுக்கு முன் வந்துவிட்டால் அந்த நடிகர், இயக்குநர் கையில் இருக்கும் தோல் பாவை தான். அந்த நடிகருக்கு இயக்குநர் தான் குரு, வழிகாட்டி எல்லாமும். ஆனால் அதற்காக நடிகர்களை இஷ்டப்படிக் கையாளக்கூடாது.

இயக்குநர்கள் கையில் மைக் வைத்திருப்பது 'ஆக்ஷன்' 'கட்' போன்ற சமாச்சாரங்களை சத்தமாக சொல்லத்தான். ஆனால் அதே மைக்கில் நடித்துக் கொண்டிருப்பவர்களை திட்டுவதோ, கத்துவதோ எந்த பலனையும் தராது. ஏற்கெனவே சொதப்பிய பதட்டத்தில் இருக்கும் அவர்களுக்கு பதட்டத்தை அதிகரிக்கவே செய்யும். அவர்களை தனியே அழைத்து என்ன பிரச்சனை, ஏன் தடுமாற்றம் என்று கேட்டு அவர்களை தோதுப்படுத்தி நடிக்க வைப்பது தான் சரியான முறை.

வசனத்தில் சொதப்பல் என்றால் மறந்ததை நினைவூட்ட ப்ராம்ப்டிங் செய்யலாம்.

ஒவ்வொரு காட்சியை நடித்து முடித்த பிறகோ அல்லது அன்றைய படப்பிடிப்பு முடிந்த பிறகோ அவர்களின் பர்பாமென்ஸ் குறித்து ஒரு பின்னூட்டம்

கொடுப்பது தொடர்ந்து பயணிக்கும் ஊக்கத்தைக் கொடுக்கும்.

ஆக்ஷன் அண்ட் ரியாக்ஷன்

ஒரு காட்சியில் மருத்துவமனைக்குள் வேகவேகமாய் ஓடும் ஹீரோ ரிசப்ஷனிஸ்ட் பெண்ணிடம் "வள்ளி எந்த ஃப்ளோர்" என்று அவசரமாகக் கேட்கிறார். அவர் முடிக்கும் முன்பே தலையைக்கூட நிமிராத அந்தப் பெண் தன் ஞான திருஷ்டியில் தானாகவே உணர்ந்து "பர்ஸ்ட் ஃப்ளோர் ரூம் நம்பர் 23"என்று பதிலளிக்கிறார்.

முதல் மாடிக்கு ஓடிப்போய் அங்கிருக்கும் ஊழியரை நெருங்கியதுமே அவர் இவருக்காகவே காத்திருந்தது போல ஹீரோயினை அட்மிட் செய்திருக்கும் அறையைக் காட்டுகிறார். இந்தக்காட்சியில் நடித்த ரிசப்ஷனிஸ்ட் மற்றும் முதல்மாடி ஊழியர் கதாபாத்திரங்களும் துணை நடிகர்களாகக் கூட நடிக்க தகுதியற்றவர்கள்.

எதிரில் இருப்பவரின் வினைக்கு சரியான எதிர்வினையை செய்வது தான் நடிப்பு.

ஆக்ஷன் அண்ட் ரியாக்ஷன் என்றால் என்னவென்று அடிப்படையே தெரியாத நடிகர்களை நடிக்க வைத்தால் இது தான் நடக்கும்.

எப்படி நடிப்பது என்று இயக்குநர் சொல்லித்தர வேண்டிய அவசியமில்லை என்றாலும் சின்னச் சின்ன அறிவுரைகளும் குறிப்புகளும் தரலாம்.

மேடை நாடகத்திற்கும் சினிமாவிற்கும் உள்ள வித்தியாசமே நாடகம் போல ஒரே மூச்சில் கதையை நடித்துக்காட்ட வேண்டிய சிரமம் சினிமாவில்

இல்லை. ஒரே ஒரு காட்சியை பல ஷாட்களாக பிரித்து, துண்டு துண்டாக படம்பிடித்து, வெட்டி, ஒட்டி, இசை சேர்த்து, கிராபிக்ஸ் காட்சிகளை சேர்த்து பெரிய மாயாஜால வித்தையே நிகழ்த்தலாம்.

அந்த மாயாஜால வேலைகளின் மொத்த தொகுப்பிற்கு போஸ்ட் ப்ரொடக்ஷன் என்று பெயர்.

15. எடிட்டிங்

ஆங்கில எழுத்துருக்களை பெரியவை (கேபிடல் லெட்டர்ஸ்) என்றும் சிறியவை (ஸ்மால் லெட்டர்ஸ்) என்றும் வகை பிரிப்போமல்லவா? அதன் பின்னணி என்ன தெரியுமா..?

உலோகப் பாளங்களால் ஆன எழுத்துருக்களை வரிசையாக அடுக்கி அச்சுக் கோத்து அதன் மூலமாக வாக்கியங்களை உருவாக்கும் பழைய அச்சிடும் முறையில் எழுத்துருப்பாளங்களை மரப்பெட்டிகளில் அடுக்கி வைத்திருப்பார்கள். அதிகமாகப் பயன்படும் சிறிய எழுத்துகளை கைக்கருகில் இருக்கும் கீழ்வரிசை மரப்பெட்டியிலும் அதிகம் பயன்படாத பெரிய எழுத்துகளைக் கொஞ்சம் உயரமான இடத்தில் இருக்கும் மேல் வரிசை மரப்பெட்டியிலும் அடுக்கி வைத்திருப்பார்கள்.

கீழேயுள்ள மரப்பெட்டி லோயர் கேஸ் (கேஸ் என்றால் பெட்டி) எனவும் மேலேயுள்ள மரப்பெட்டி அப்பர் கேஸ் எனவும் அழைக்கப்பட்டது. இதுவே

பிற்காலத்தில் கீபோர்டில் டைப் செய்யும் போதும் சிறிய எழுத்துக்களுக்கு லோயர் கேஸ் என்றும் பெரிய எழுத்துக்களுக்கு அப்பர்கேஸ் என்றும் பெயர்வரக் காரணம்.

இதுபோலப் பழங்காலத் தொழில்நுட்பத்தில் பயன்படுத்தப்பட்டு வந்த சில கலைச் சொற்கள் தொழில்நுட்பம் முன்னேறிய பிறகும் அதே சொற்களாக அர்த்தம் மாறாமல் பயன்படுத்தப்பட்டு வருகின்றன. ஒரு வாக்கியத்தை நகல் எடுத்து வேறு இடத்தில் பதிப்பதை 'காப்பி பேஸ்ட்' செய்வது என்று டிஜிட்டல் முறையில் சொல்கிறோம். இந்த பேஸ்ட் என்ற பதம் உருவாகக் காரணம் பழங்கால அச்சுமுறையில் ஒரு காகிதத்தின் குறிப்பிட்ட பகுதியில் எழுதப்பட்டிருக்கும் வாக்கியத்தை கத்திரிக்கோலினால் வெட்டி அதை வேறொரு இடத்தில் பசை போட்டு ஒட்டுவார்கள். இந்தக் கட் &பேஸ்ட் முறை தான் இப்பொழுது டிஜிட்டல் முறையிலும் கட் &பேஸ்ட் என்று பயன்படுத்தப்படுகிறது.

ஃபுட்டேஜ்

ஃபிலிம் ரோல்களில் படம் பிடிக்கப்பட்ட காலங்களில் அந்தக் காட்சியின் நீளத்தை அடிக்கணக்கில் கணக்கிடுவார்கள். ஒரு ரோல் என்பது ஆயிரம் அடி கொண்ட ஃபிலிமை உள்ளடக்கியது. இதனடிப்படையில் வீடியோக் காட்சியை ஃபுட்டேஜ் என்றும் அழைப்பார்கள். தற்காலத்தில் டிஜிட்டல் முறையில் படம் பிடிக்கப்பட்ட காட்சிகளின் தொகுப்பையும் ஃபுட்டேஜ் என்று அழைப்பதே தொடர்ந்து வருகிறது.

ஃப்ரேம்

டிஜிட்டல் கேமராக்களின் வரவுக்கு முன்பு ஃபிலிம் ரோல்களில் பாஸ்போர்ட் சைஸ் புகைப்படங்கள் எடுத்தால் புகைப்படத்தைக் கொடுக்கும் போது அதனுடன் நெகட்டிவ் ஃபிலிம் சேர்த்துக் கொடுப்பார்கள். அந்த ஒரு ஃபிலிம் தான் ஒரு பிரேம் என்று அழைக்கப்படும். ஒரு நொடி ஓடக்கூடியக் காட்சிக்கு இருபத்தி நான்கு பிரேம்கள். டிஜிட்டல் படப்பிடிப்பிலும் இதே முறைதான் பயன்படுத்தப்படுகிறது. இந்த இருபத்தி நான்கு என்பது முப்பது என்றும் நாற்பத்தெட்டு என்றும் காட்சியின் வேகத்துக்கு ஏற்ப மாற்றிக் கொள்ளப்படும்.

உயர்தொழில்நுட்ப கேமராக்களைக் கொண்டு நொடிக்கு ஐந்தாயிரம், பத்தாயிரம் ஃப்ரேம்களை கொண்ட காட்சிகளைக்கூடப் படம்பிடிக்க இயலும். நொடிக்கு ஐந்தாயிரம் ஃப்ரேம்கள் என்றால் துப்பாக்கியின் தோட்டா நகர்வதைக்கூடப் படம்பிடிக்க இயலும்.

எடிட்டிங்

ஃபிலிம் ரோலில் படம்பிடித்த காட்சிகள் மூவியாலோ போன்ற எடிட்டிங் கருவிகளைக் கொண்டு எடிட் செய்யப்படும். இந்தக் கருவியானது ஃபிலிம் ரோலை ஓடவிட்டு மைக்ரோஸ்கோப் போன்ற ஒன்றின் மூலமாக பிலிமில் இருக்கும் காட்சிகளைப் பார்த்து, தேவையான இடங்களில் கத்தரித்து, மீண்டும் ஒட்டவைத்து படத்தொகுப்பை உருவாக்க உதவக்கூடிய கருவியாகும். (கிட்டத்தட்ட பயாஸ்கோப் போல) இந்தக் கருவியின் மூலம் எடிட் செய்யும்போது எங்கெங்கு கட் செய்ய வேண்டும்

என்று எடிட்டரே முடிவு செய்வார். இந்த 'கட்' செய்யும் இடத்தைத் தான் இயக்குநர் ஷூட்டிங்கின் போது "கட்" என்று சத்தமிட்டுக் குறிப்பிடுவார்.

எடிட்டிங் என்பது சினிமாவின் ஆயகலைகளில் ஒன்று. நடிகர் நடிகைகளைத் தேர்ந்தெடுப்பதைப் போலவே எடிட்டரையும் சரியாகத் தேர்ந்தெடுக்க வேண்டியது ஒரு இயக்குநரின் முக்கியமான வேலை. ஏனென்றால் எடிட்டர் என்பவர் படைப்பாற்றலில் இயக்குநருக்கு இணையான ஒருவராகக் கருதப்படுகிறார்.

ஆனால் சினிமாத்துறையில் இவர்களுக்கான பிரபலம் என்பது குறைவுதான். நீங்கள் ஒரு சினிமாத்துறை சார்ந்த நபராக இல்லாத பட்சத்தில் உங்களுக்குத் தெரிந்த ஒரு எடிட்டரின் பெயரை குறிப்பிடச் சொன்னால் நம்மில் பலருக்கு அதிகபட்சமாக ஒருவரை தெரிந்திருக்கும். இல்லையென்றால் ஒருவரைக்கூடத் தெரிந்திருக்காது. "இயக்குநர் சொல்லும் இடத்தில் வெட்டி ஒட்டும் வேலையைச் செய்யும் ஒருவருக்கு இத்தனை முக்கியத்துவமா..?" என்று உங்களுக்கு தோன்றலாம். சரியான இடத்தில் வெட்டித் தைக்கப்படாத ஒரு சட்டையை அணிந்திருப்பதாக கற்பனை செய்து பாருங்கள்... எடிட்டரின் முக்கியத்துவம் புரியும்.

ஸ்பாட் எடிட்டிங் & பர்ஸ்ட் கட் (அ) ரஃப் கட்

எடிட்டிங்கின் முதல் பகுதியான ஃபர்ஸ்ட் கட் அல்லது ரஃப் கட் என்பது தற்போதெல்லாம் எடிட்டரின் உதவியாளர்களின் மூலம் படப்பிடிப்புத் தளத்திலேயே நடத்தப்படுகிறது. இதற்குத் தேவையானதெல்லாம் ஒரு லேப்டாப்பும் எடிட்டிங் மென்பொருள்களில் ஏதோ ஒன்றும்தான். பெரும்பாலும் அது எப்சிபி எனப்படும் ஃபைனல்

கட் ப்ரோ ஆக இருக்கும். இந்த ஸ்பாட் எடிட்டிங், படப்பிடிப்புத் தளத்திலிருந்து அதிகப்படியான ஃபுட்டேஜை எடிட்டர் ரூமுக்கு எடுத்துச் செல்லும் வேலையைத் தவிர்க்க உதவுகிறது.

இந்த ரஃப் கட், எடுக்கப்பட்ட காட்சிகளில் 'ஓகே டேக்' என்று அழைக்கப்படும் சரியான காட்சிகளை மட்டும் தேர்ந்தெடுத்து அவற்றில் தேவையற்ற முன், பின் பகுதிகளை நீக்கிவிட்டு, நடிகர்கள் நடிக்கத் தொடங்கி நடித்து முடித்தது வரை மட்டும் வைத்துக்கொண்டு, அவற்றை வரிசையாக இணைப்பதை மட்டும் செய்வதாகும். எளிமையாகச் சொல்வதென்றால் ஒரு கோயிலைக் கட்டும்பொழுது இரண்டாம் கட்டச் சிற்பிகள் பாறைகளை ஒழுங்குப்படுத்தி சிலைகளின் அடிப்படை உருவ அமைப்பை மட்டும் அதாவது கை கால் முகம் உடல் என்று செதுக்கி வைப்பார்கள் முதன்மைச் சிற்பிகள் அதன் பிறகு அந்தச் சிலைக்கு கண், வாய், மூக்கு, உடையலங்காரம், சிகையலங்காரம் என்று செதுக்குவார்கள். இதுபோலத்தான் இந்த ஸ்பாட் எடிட்டிங்.

இங்கு தேவையற்ற பகுதிகளை நீக்கி வரிசையாக அடுக்கி எடிட்டர் ரூமுக்கு அனுப்பி வைத்த பிறகுதான் எடிட்டர் காட்சி அமைப்புகளை இயக்குநருடன் சேர்ந்து ஆலோசித்து வெட்டி ஒட்டுவார்.

கவரேஜ்

ஒரு அறையில் நான்கு பேர் வெவ்வேறு இடங்களில் அமர்ந்து கொண்டிருக்கிறார்கள். ஒருவர் டைனிங் டேபிளிலும் இருவர் சோபாவிலும் அமர்ந்திருக்கிறார். ஒருவர் அறையின் ஒரு மூலையில் நின்று கொண்டிருக்கிறார். இப்பொழுது இந்தக் காட்சியை படம் பிடிக்கத் தேவையான ஷாட்கள்

என்ன என்பதை முன்பே முடிவெடுத்து, அத்தனை ஷாட்களையும் எடுத்து வைத்துக் கொள்வது எடிட்டிங்கிற்கு உதவியாக இருக்கும். அதாவது நான்கு பேரையும் ஒரே ஃப்ரேமில் காட்டுவது போன்ற ஒரு ஷாட். இது மாஸ்டர் ஷாட் எனப்படும். வசனம் பேசும் கதாபாத்திரங்கள் அனைவருக்கும் அவர்கள் பேசும் முழு வசனத்தையும் ஒரு க்ளோஸப் ஷாட் மற்றும் மிட்ஷாட் எடுத்துக் கொள்ளலாம்.

மேலும் ஒருவர் பேசும்போது மற்றவர்களின் ரியாக்ஷன்களையும் எடுத்துக் கொள்ள வேண்டும். இத்தனை ஷாட்களையும் எடுத்துக் கொண்டால் மட்டுமே நாடகம் போல் இல்லாமல் எடிட்டிங் முழுமையாகச் செய்ய முடியும். சில சமயங்களில் 'ஓகே டேக்' என்று குறிப்பிடப்பட்டிருக்கும் காட்சியிலும் ஏதாவது ஒரு குறையோ அல்லது சிறு பிழையோ ஏற்பட்டிருக்கும். பெரும்பாலும் அது உதவி இயக்குநர்களின் பொறுப்பில் விடப்பட்டிருக்கும் கன்டினியூட்டி பிழையாகத்தான் இருக்கும். அது போன்ற சமயங்களில் கூடுதலாக எடுக்கப்பட்டிருக்கும் மற்ற டேக்குகளில் இருந்து அந்தக் குறிப்பிட்ட காட்சி மட்டும் வெட்டி எடுத்து தேவையான இடத்தில் ஒட்டிக் கொள்ளப்படும் அல்லது வேறு ஒருவரின் முகபாவனையோ அல்லது வேறு ஆங்கிலில் பேசப்பட்ட அதே நபரின் ஷாட்டோ வைக்கப்படும்.

ஒரே ஒரு முறை மட்டுமே படம் பிடிக்க முடியும் என்ற நிலையில் சில காட்சிகள் இருக்கும். அப்படிப்பட்ட காட்சிகளில் எந்தக் குறையும் இல்லாமல் படம் பிடித்துக் கொள்வது மட்டுமே எடிட்டிங்கை எளிமையாக்க ஒரே வழி.

உதாரணமாக கார் வெடித்துச் சிதறும் காட்சியையோ, கதாநாயகன் உயரத்திலிருந்து குதிப்பது போன்ற காட்சியையோ, கட்டிடம் ஒன்று இடிந்து நொறுங்கி விழும் காட்சியையோ, இரண்டு முறை படம் பிடிக்க முடியாது. அவற்றில் சொதப்பி அது எடிட்டர் வரை கண்ணில் படாவிட்டால் திரையில் வந்து அசிங்கப்பட வேண்டியது தான். அப்படி வந்த ஆக்ஷன் காட்சிகளும் நிறைய உண்டு.

ஃபைனல் கட்

திரைக்கதையின் படி காட்சிகளைத் தொகுத்து வைத்தபின் இயக்குநர் மீண்டும் ஒருமுறை முக்கியமான சில காட்சிகளில் சில திருத்தங்களைச் செய்யச் சொல்வார். இவையனைத்தும் முடிந்தபின் திரைப்படத்தின் 'பைனல் கட்' தயாராகி விட்டது எனலாம்.

லீனியர் & நான் லீனியர்

சமீபத்தில் வெளியான 'இரவின் நிழல்' திரைப்படம் 'நான் லீனியர் சிங்கிள் ஷாட் மூவி' என்று சொல்லப்பட்டது. கதை நடக்கும் காலக்கோட்டை விவரிப்பது தான் இந்தச் சொற்கள். ஒரு மனிதன் பிறந்து, வளர்ந்து, பருவமெய்தி, முதுமையடைந்து, இறக்கிறான் என்று கதை சொன்னால் அது லீனியர். இறந்து போன ஒருவனின் பிணத்தை முதலில் காட்டிவிட்டு அவன் இளமைப் பருவத்தில் என்ன செய்து கொண்டிருந்தான் என்பதை அடுத்ததாகவும் அவன் குழந்தை பருவத்தை அதற்கடுத்தும் மீண்டும் இளமைப் பருவத்தையும் அதன்பிறகு முதுமைப் பருவத்தையும் காட்டுவது நான்லீனியர் என்று அழைக்கப்படும். எடிட்டிங்கில் இந்த

லீனியர், நான்லீனியர் காட்சியமைப்புகள் மிகவும் முக்கியமானவை.

எல்லாக் காட்சிகளையும் நான்லீனியராக அமைத்து விட முடியாது.

உதாரணத்திற்கு... குழந்தை அழுதது, பால் கொடுத்தாள், குழந்தை சிரித்தது - என்ற வரிசையில் இருக்கும் காட்சியை...

குழந்தை சிரித்தது, பால் கொடுத்தாள், குழந்தை அழுதது -என்று மாற்றினால் எவ்வளவு அபத்தமாக இருக்கும்..?

சாஃப்ட்வேர்

ஏவிட், ஃபைனல் கட் ப்ரோ, அடோப் ப்ரீமியர் போன்றவை பரவலாகப் பயன்படுத்தப்படும் எடிட்டிங் மென்பொருட்கள். இவற்றில் நிபுணத்துவம் பெறாவிட்டாலும் அடிப்படையை தெரிந்து வைத்துக் கொள்வதும், சிறிதளவு பயிற்சி எடுத்துக் கொள்வதும் எடிட்டிங் ரூமில் எடிட்டருடன் ஆலோசனை செய்யும் பொழுது உதவும்.

எடிட்டிங் என்பது போஸ்ட் புரொடக்ஷன் வேலைகளில் முக்கியமான ஒன்று. படப்பிடிப்பு முடிந்ததிலிருந்து ரிலீஸுக்கு முன்பு வரை ஒவ்வொரு இறுதிக்கட்ட வேலைகள் முடிந்த பிறகும் மொத்த ஃபுட்டேஜும் எடிட்டிங் டேபிளுக்கு வந்துவிட்டுச் செல்லும்.

இவ்வளவும் முடிந்த பிறகு ரஃப் கட் செய்யப்பட்ட காட்சிகளை பார்த்தால் ஆவணப்படம் பார்க்கும் உணர்வுதான் உண்டாகும். சினிமா என்ற உணர்வே ஒளியும் ஒலியும் தருகிற ஆச்சர்யம் தான்.

16. ஒலியும் ஒளியும்

அழிந்து வரும் நாட்டுப்புறக் கலைகளுள் ஒன்றான தெருக்கூத்து பற்றி நாம் அறிவோம். பெரும்பாலானோர் உங்களது சிறுவயதில் திருவிழா சமயத்தில் தெருக்கூத்து பார்த்திருப்பீர்கள். இப்போதும் பல கிராமப் பகுதிகளில் திருவிழா நேரத்தில் தெருக்கூத்து நடத்தப்படுகிறது. தெருக்கூத்துக் கலைஞர்கள் ஒப்பனை செய்து கொள்ளும் விதமே மற்ற மேடை நாடக நடிகர்களை விடவும் வித்தியாசமாக இருக்கும். அவர்கள் முகத்தில் அதிகப்படியான வண்ணங்களைப் பூசிக் கொள்வார்கள். கண்களைப் பெரிதாகக் காட்டுவதற்காகக் கண்களைச் சுற்றி அடர்த்தியாக மையிட்டுக் கொள்வார்கள். முகத்தில் சாயங்களைப் பூசிக் கொள்வதில்லாமல் உடையும் பளபளப்பாக பல வண்ணங்களைக் கொண்ட உடையாக இருக்கும்.

சமீபகாலத்தில் தான் இந்த மின்சார விளக்குகள் எல்லாம். தெருக்கூத்து ஆரம்பிக்கப்பட்ட காலத்தில் வெறும் மண்ணெண்ணெய் விளக்கொளியோ

அல்லது தீப்பந்த ஒளியோ தான் ஒளிக்கான மூலங்களாக இருந்திருக்க முடியும். அந்த ஒளியில் தன்னுடைய முக பாவங்கள் தெளிவாகத் தெரிய வேண்டும் என்பதற்காகத்தான் இத்தனைப் பூச்சுக்களையும் அந்த நடிகர்கள் பூசிக் கொள்வார்கள். தங்கள் அசைவுகள் தெளிவாக இருக்க வேண்டும் என்றுதான் மினுமினுக்கக்கூடிய உடைகளை அணிந்து கொள்வதும்.

இதே காரணம்தான் சினிமாவில் கேமரா மூலம் படம் பிடிக்கப்பட்ட காட்சிகளிலும் ஒலியின் தரத்தையும் ஒளியின் தரத்தையும் அதிகரிக்கிறோம். நாம் தற்பொழுது பார்க்கும் சினிமாக்களில் படம் பிடிக்கும்போது இருந்த ஒளி அல்லது ஒலி எதுவும் எடுக்கப்பட்ட போது இருந்தது போல இருக்காது. அத்தனையும் மேம்படுத்தப்பட்ட விதத்தில் நமக்கு காட்டப்படுகிறது.

உதாரணமாக பூவெல்லாம் உன் வாசம் திரைப்படத்தில் ஜோதிகா ரயிலில் பயணிக்க, அஜித் ஜீப்பில் பயணித்தபடி "தாலாட்டும் காற்றே வா தலைகோதும் விரலே வா" என்று பாடிக் கொண்டிருப்பார். நிஜத்தில் ரயிலில் பயணித்துக் கொண்டிருக்கும் பொழுது அருகில் இருப்பவர் பேசுவதே சில சமயங்களில் தெளிவாகக் கேட்காது. ஆனால் இவர் பல மீட்டர்கள் தூரத்தில் இருந்து பாடுவது கேட்பது போல் அமைக்கப்பட்டிருப்பது தான் நிஜத்திற்கும் சினிமாவிற்குமான வித்தியாசம்.

மக்கள் எதைக் கேட்க வேண்டும்? எதைப் பார்க்க வேண்டும்? அவற்றில் எதைக் கவனிக்க வேண்டும்? என்று முடிவு செய்வது தான் போஸ்ட் ப்ரொடக்ஷன் வேலையின் முக்கியப் பங்கு.

ஒரு திரைப்படத்தின் 'சவுண்ட் டிராக்' என்பது பின்னணி இசை, பாடல், வசனம், சிறப்பு ஒலிகள் ஆகிய நான்கை உள்ளடக்கியது.

பிஜிஎம்

பின்னணி இசை என்பதன் முக்கியத்துவம் குறித்து விளக்க வேண்டாம். அது உலகறிந்தது. பின்னணி இசைக்கு என்றே தனியாக விருதுகள் அறிவிக்கும் அளவிற்கு இதற்கு முக்கியத்துவம் கொடுக்கப்படுகிறது. பாடல்கள் போலவே பின்னணி இசைக்கும் காட்சியின் உணர்வைப் பிரதிபலிக்கும் ஆற்றல் உண்டு.

இசையமைப்பாளர்களிடம் சரியான உணர்வுக்கு ஏற்ற இசையைக் கேட்டு வாங்குவது முக்கியம். பின்னணி இசைக்கு நடிகர்களின் நடிப்பைக்கூட பொருட்படுத்தாமல் அதற்கு உண்டான உணர்வை கடத்திவிடும் ஆற்றல் உண்டு. கரகாட்டக்காரன் திரைப்படத்தில் இடம்பெற்ற காமெடி பிஜிஎம்மை விஜயகாந்த் ஆவேசமாக நடந்து வரும் காட்சியோடு கற்பனை செய்து பாருங்கள். அப்போது புரியும்.

பாடல்கள்

வரிகளுக்கு ஏற்ப மெட்டமைத்துப் பாடுவது அல்லது மெட்டுக்கு ஏற்றவாறு பாடல் எழுதுவது என்று பலகாலமாக இரண்டு முறைகளும் பயன்படுத்தப்பட்டு வந்தாலும் சமீபகாலத்தில் 'மெட்டுக்குப் பாட்டு' என்பதே பரவலான முறையாக உள்ளது. "முன்ன எல்லாம் பிள்ளையப் பெத்து, அதுக்கு சட்ட தச்சோம். இப்ப சட்ட தச்சிட்டு அதுல குழந்தையத் திணிக்கிறோம்" என்று வாலி ஒருமுறை இதைப் பற்றிச் சொல்லியிருப்பார்.

இயக்குநர் மணிரத்தினம் மற்றெந்தத் தொழில்நுட்ப கலைஞர்களை விடவும் பாடல் ஆசிரியரையும், இசை அமைப்பாளரையும் அதிகம் நம்புவார். அவர் திரைப்படங்களில் பெரும்பாலும் ஒரே இசையமைப்பாளரும் பாடல் ஆசிரியரும் பயன்படுத்தப்பட்டு வருவதைப் பார்த்தால் அது புரியும்.

வசனம்

'லைவ் ரெக்கார்டிங் இல்லாமல் பின்னணியில் ஒலிகளை சேர்க்க முடியும்' என்ற தொழில்நுட்பம் வந்த பிறகுதான் 'நடிப்பவரே பாடல்களையும் பாட வேண்டும்' என்ற கட்டாயமில்லாமல் போனது. அதேபோல 'வசனங்களையும் உதட்டசைவுக்கு ஏற்றபடி இணைக்க முடியும்' என மாறிய பிறகு தான் 'மொழி தெரிந்தவர் மட்டுமே நடிக்க முடியும்' என்ற கட்டாயமில்லாமல் ஆனது.

நல்ல நிறம், உயரம், நடிப்புத் திறமை இத்தனை இருந்த போதும் 'குரல் வளம் சரியில்லாததால் ஒருவர் நடிக்க முடியாது' என்ற சூழ்நிலை இந்த டப்பிங் தொழில்நுட்பத்தால் மாற்றப்பட்டது. பல நடிகர்களுக்கு ஆரம்பக் காலத்தில் வேறு ஒரு நடிகரோ, அல்லது பின்னணி கலைஞர்களோ குரல் கொடுத்திருப்பார்கள். உதாரணத்திற்கு நடிகர் பிரபுதேவாவின் ஆரம்பகாலப் படங்களில் நடிகர் விக்ரம் அவருக்காக குரல் கொடுத்திருப்பார். நடிகர் மைக் மோகன் தான் சொந்தக் குரலில் அதிகம் டப்பிங் பேசியதில்லை. பேசிய சில படங்களும் வெற்றி பெறவில்லை. நீங்கள் கேட்டது விஜய்யின் தாய்மாமா எஸ்.என்.சுரேந்தர் பேசியது.

இந்த டப்பிங் தொழில் நுட்பமானது பல உலகத் திரைப்படங்களை நம் மொழியில் பார்த்து ரசிக்க நமக்கு உதவியது. இதில் கவனிக்கப்பட வேண்டிய விஷயம் 'உதட்டசைவோடு ஒத்துப் போகாவிட்டாலும் பேசுபவரின் உணர்ச்சிக்கு ஏற்ப அந்த வசனம் அமைந்துவிட்டால் மக்கள் உதட்டசைவைக் கவனிக்க மாட்டார்கள்' என்பது இந்த டப்பிங் தொழில்நுட்பத்தின் ஒரு சாதகமான விஷயமாகும்.

ஜாக்கிசான் சென்னைத் தமிழில் பேசுவது கேட்க நன்றாகத் தானே இருந்தது..? டப்பிங் செய்யப்படும்போது சிறிய சத்தங்களை கூடத் தவறாமல் பதிவு செய்ய வேண்டியது கட்டாயம். உதாரணத்திற்கு சண்டைக் காட்சிகளின் போது நடிகர்கள் மற்றும் சண்டைக் கலைஞர்கள் கத்துவது, கீழே விழும் போதும் உண்டாக்கும் சத்தங்களை பதிவு செய்ய வேண்டும். ஓடுவது, மூச்சிரைப்பது, மூக்கு உறிஞ்சுவது உட்பட அத்தனையையும் பதிவு செய்தாக வேண்டும்.

சிறப்பு ஒலிகள்

யானையின் பிளிறல், சிங்கத்தின் கர்ஜனை, புலியின் உறுமல் , திமிங்கலத்தின் முதுகிலிருந்து தண்ணீர் வெளியேறும் சத்தம், நாய்களின் உறுமல், கழுதை கொட்டாவி விடும் சத்தம், குதிரையின் கனைப்ப, ஆமைகள் எழுப்பும் சத்தம், விசில் அடிக்கும் டால்பின்களின் விசில் சத்தம், ஹவ்லர் மங்கிஸ் எனப்படும் ஊளையிடும் குரங்குகளின் சத்தம், சஹாரா நரி எனப்படும் நரி ஏற்படுத்தும் சத்தம், பறவைகளின் கீச்சு சத்தம் இந்த சத்தங்கள் அத்தனைக்கும் ஒரு ஒற்றுமையுண்டு 'ஜுராசிக் பார்க்' திரைப்படத்தில்

நாம் கேட்ட டைனோசகர்களின் சத்தங்கள் அத்தனையும் இந்தச் சத்தங்களைக் கொண்டு உருவாக்கப்பட்டவையே. ஆனால் டைனோசர்கள் குறிப்பாக டீ-ரக்ஸ் வாயைத் திறந்து கத்தக்கூடியவை அல்ல என்று உண்மையையே சமீபத்தில்தான் கண்டுபிடித்தார்கள் என்பது வேறு விஷயம்.

இதுபோல நாம் கேட்காத கற்பனையான சத்தங்களை நிஜ உலகின் சத்தங்களில் இருந்தும் ரெக்கார்ட் செய்ய கடினமான சத்தங்களை மாற்று வழியிலும் உருவாக்குவதற்கு 'பாலி எஃபெக்ட்ஸ்' என்று பெயர். எப்படி உருவாக்கினாலும் எந்த பொருளில் இருந்து உருவாக்கினாலும் உருவாக்கப்படும் சத்தம் படத்தின் காட்சிக்கு பொருத்தமானதாக இருக்கிறதா? என்பதை கவனிப்பது மட்டுமே நம் வேலை.

வண்ணம்

சினிமா ஃபிலிம் ரோல்களில் படம் பிடிக்கப்பட்ட காலத்தில் ஆரம்பக் கட்டத்தில் படம் பிடித்ததில் இருந்தது போலவே கருப்பு வெள்ளையாக காட்சிகள் ஒளிபரப்பப்பட்டன. 1960களில் ஈஸ்ட்மென் கலர் தமிழில் அறிமுகப்படுத்தப்பட்டது. இந்த ஈஸ்ட்மென் கலர் என்பது நிறங்களைச் சற்று மங்கலாகக் காட்டுவதால் என் ஐந்தாம் வகுப்பு தமிழ் ஆசிரியை வெள்ளை சட்டையை சரியாக துவைக்காமல் நிறம் மங்கி இருந்தால் "என்னடா இது ஈஸ்ட்மென் கலர்ல சட்டை போட்டுட்டிருக்க" என்று திட்டுவார்.

ஈஸ்ட்மென் கலருக்கு முன்பே தமிழில் 'அலிபாபாவும் 40 திருடர்களும்' 'வீரபாண்டிய கட்டபொம்மன்' போன்ற வண்ணத்திரைப்படங்கள் வந்துவிட்டபோதிலும் முழுநீள வண்ணப்படங்கள் வருவதற்கு 20 வருடங்களுக்கு மேல் எடுத்துக்

கொண்டது. வண்ணப்படங்கள் தயாரிக்கப்பட ஆரம்பித்த பிறகு தான் பாடல் காட்சிகளின் தயாரிப்பு முறையும் மாறியது. ஒரே பாடலில் நாயகன் நாயகி இருவரும் பல வண்ண உடைகளை அணிவதும் பல வேறுபட்ட இடங்களுக்கு சென்று பாடல் காட்சிகளை படம்பிடிப்பதும் வண்ண படங்களின் வருகைக்குப் பிறகே அதிகரித்தது.

படம்பிடிக்கும் போதே ஓரளவுக்குத் தேவையான வண்ணங்களில் தான் படம்பிடிக்கிறோம் என்றாலும் அந்த வண்ணங்களை சரியான, தேவையான அளவுக்கு மெருகேற்றுவது 'டிஜிட்டல் இன்டர்மீடியட்' சுருக்கமாக டிஐ என்று அழைக்கப்படும். எடிட்டிங், டப்பிங் அளவுக்குப் பிரபலமான வேலை இல்லை தான். ஆனால் டிஐ முக்கியமான வேலைகளில்ஒன்று.

'போஸ்ட் ப்ரொடக்ஷன் என்றாலே மேஜிக்' என்று பார்த்தோம். ஆனால் சினிமாவில் நிஜமான மேஜிக் என்பது கிராபிக்ஸ் காட்சிகள் தான்..

17. விஷுவல் எஃபெக்ட்

'மாயாபஜார்' முதல் 'பொன்னியின் செல்வன்' வரை காண்பவரை வியக்க வைக்கும் கற்பனைக் காட்சிகளையும், பிரம்மாண்ட விஷயங்களையும் உருவாக்க துணை புரிவது இந்த vfx, sfx தொழில்நுட்பங்கள்தான். இறுதிக் கட்டத் தயாரிப்பான போஸ்ட் புரொடக்ஷன் பகுதியில் இந்தத் தொழில்நுட்பங்கள் பற்றி நாம் பார்க்கப் போகிறோம் என்றாலும் உண்மையில் இதற்கான திட்டமிடல் ப்ரீ ப்ரொடக்ஷன் எனப்படும் ஆரம்பக் கட்டத்தில் - கதையை எழுத ஆரம்பித்த போதே - செய்யப்பட்டிருக்க வேண்டும்.

உதாரணமாக, குண்டு வெடித்தல் அல்லது ஏதேனும் ஒரு இடிந்து கொண்டிருக்கும் உயரமான கட்டிடத்தில் இருந்து கதாபாத்திரங்கள் குதித்தல் போன்ற காட்சிகளைத் திரைக்கதையில் எழுதும்போதே இந்த காட்சி விஷுவல் எஃபெக்ட் மூலம் எவ்வாறு உருவாக்கப்படவுள்ளது என்பதையும் திட்டமிட வேண்டும்.

மொபைல் கேமராவில் வீடியோ ரெக்கார்டரை ஆன் செய்து கொள்ளுங்கள். உங்களுக்கு எதிரில் ஒருவரை உட்கார வைத்து, கையை மந்திரம் போடுவது போல அவரைச் சுழற்றச் சொல்லி, "ஜீபூம்பா" என்று சொல்லச் சொல்லுங்கள். அவர் சொல்லி முடித்த அந்த நொடியே வீடியோவை பாஸ் செய்து விட்டு அவர் ஜீபூம்பா என்று கையை சுழற்றிய திசையில் மற்றொருவரை நிற்க வைத்து மீண்டும் பாஸ் செய்து வைத்திருந்த ரெக்கார்டரை ஆன் செய்யுங்கள். பிறகு வீடியோவை நிறுத்தி சேவ் செய்துவிட்டு இப்போது முழு வீடியோவையும் பிளே செய்து பாருங்கள்.

இரண்டாவது நபர் நிஜமாகவே மந்திரத்தின் மூலம் வரவைக்கப்பட்டது போலத் தெரியும். இதுவும் ஒரு வகையான விஷுவல் எஃபெக்ட் தான்.

கேமராவை இப்படி நிறுத்தம் செய்து மீண்டும் இயக்கிப் பயன்படுத்த முடியாத கடந்த காலத்தில் எப்படி இந்தக் காட்சிகள் படம் பிடிக்கப்பட்டு இருக்கும்? ஜீபூம்பா சொல்பவரை ஒரு முறை படம் பிடித்து விட்டு இன்னொரு ஃபிலிமில் தோன்ற வேண்டியவரைப் படம் பிடித்து விட்டு இரண்டு பிரிவுகளையும் ஒன்றாக இணைத்து பிரிண்ட் செய்து அதை இயக்கி காட்டுவதன் மூலமாகவே கடந்த கால விஷுவல் எபெக்ட் காட்சிகள் உருவாக்கப்பட்டன.

நாம் நினைப்பதை விடவும் விஷுவல் எஃபெக்ட் தொழில்நுட்பம் பழமையானது. 19 ஆம் நூற்றாண்டின் இறுதியிலேயே விஷுவல் எஃபெக்ட் தொழில் நுட்பத்தைப் பயன்படுத்தத் தொடங்கி விட்டோம்.

கைகளால் பலமணி நேரங்கள் வரையப்பட்ட கார்ட்டூன்களை ஸ்கேன் செய்து வண்ணம் ஏற்றி பிலிம்களில் இணைத்து டாம் & ஜெர்ரி மாதிரியான அனிமேஷன் கார்ட்டூன்கள்கூட உருவாக்கப்பட்டன.

இரட்டை வேடக் காட்சிகள் கூட விஷுவல் எபெக்ட்ஸ் மூலம் தான் உருவாக்கப்படுகின்றன. கதாநாயகர்கள் இரட்டை வேடம் கொண்டு நடித்து இருந்தாலும் அதில் ஒருவர் முகம் மட்டுமே நேரடியாக காட்டப்படும். மற்றொருவரின் உடல் அவரைப் போன்று உடலமைப்புக் கொண்ட அவருடைய டூப்பை வைத்தே உருவாக்கப்படும். இருவரையும் ஒன்றாகக் காட்டுகிற காட்சிகள் சில நிமிடங்களோ அல்லது நொடிகளோ மட்டுமே இடம்பெறும். அதிக நேரம் இரட்டை வேடக் காட்சிகளை கொண்ட ஜீன்ஸ் திரைப்படம் அதிக விஷுவல் எபெக்ட் ரன் டைம் கொண்ட திரைப்படம் என்று கின்னஸ் ரெக்கார்ட் படைத்தது. இந்தத் திரைப்படத்திற்கு முன்பாக இந்த கின்னஸ் ரெக்கார்டைப் படைத்திருந்த படம் ஜுராசிக் பார்க் என்பது குறிப்பிடத்தக்கது.

சிஜிஐ என்பது பொதுவாக எஸ்எஃப்எக்ஸ் என்று சொல்லப்பட்டாலும் அது விஷுவல் எபெக்ட்டில் உருவாக்க முடியாத காட்சிகளைக் கம்ப்யூட்டர் உதவியுடன் உருவாக்கும் முறையே ஆகும். குண்டு வெடித்துக் கார் பறப்பதை கம்ப்யூட்டரில் உருவாக்குவதை விட நிஜத்தில் வெடிக்க வைத்துவிடலாம். ஆனால் சிங்கத்துடன் சண்டையிடும் காட்சியில் நிஜச் சிங்கத்தைக் கூட்டி வந்து சண்டையிட்டால் ஒரே அறையில் சிங்கம், ஹீரோவின் கழுத்தைத் திருப்பி விடும். சர்க்கஸ் சிங்கமெல்லாம் வேலைக்கு ஆகாது.

சமீபத்தில் வெளியான பீஸ்ட் (நம்ம ஊர் பீஸ்ட் இல்லை 'தோர்' படங்களில் 'ஹெமிடால்' ஆக நடித்த 'இட்ரிஸ் எல்பா' நடித்த ஆங்கில பீஸ்ட்) திரைப்படம் முழுக்க முழுக்கச் சிங்கங்களை காட்டும் திரைப்படம். ஆனால் ஒரே ஒரு நிஜ சிங்கம் கூட பயன்படுத்தப்படாமல் படமாக்கப்பட்டிருக்கிறது.

சிஜிஐ – கம்ப்யூட்டர் ஜெனரேட்டட் இமேஜரி

டைனோசர்கள் ட்ராகன்கள் போன்றவை சிஜிஐ மூலமே உருவாக்கப்படும். சிங்கம், புலி, பாகுபலியில் வரும் காட்டெருமை வரை இப்படித்தான் உருவாக்கப்படுகிறது. இந்த நூற்றாண்டின் தொடக்கத்தைச் சுவாரசியமாக்கியத்தில் இந்த சிஜிஐயின் பங்கு அளப்பரியது.

புல்லட் டைம்

இந்த புல்லட் டைம் எபெஃக்ட் என்றால் என்ன..? எப்படிப் படமாக்கப்படுகிறது என்று சொல்வதற்கு முன் அதற்கு உதாரணமாக பாய்ஸ் திரைப்படத்தின் ஒரு பாடலைச் சொன்னாலே பெரும்பலானோர்க்கு புரிந்து விடும்.

"எகிறிக் குதித்தேன் வானம் இடித்தது" பாடலில் சித்தார்த்தும் ஜெனிலியாவும் எகிறிக் குதித்த பின் அந்தரத்திலேயே சிறிது நேரம் நிற்பார்கள். கேமரா அவர்களை 180 டிகிரி வட்டமடிக்கும். நம்மில் பலர் இந்தக் காட்சியைக் கண்டதும் அந்த 180 டிகிரிக்கும் கேமராவை வைத்துப் படம் பிடித்திருப்பார்கள் என்று கண்டுபிடித்திருப்போம். 180 டிகிரிக்குப் படம் பிடிக்க மற்றொரு 180 டிகிரிக்கு பதினெட்டு கேமராக்களை வரிசையாக வைக்கலாம். ஆனால் 360 டிகிரிக்கு..?.

கேமராக்கள் ஒன்றை ஒன்று படம் பிடித்து விடாதபடியான கீழ்நோக்கிய கோணத்தில் 360 டிகிரிக்கும் கேமராக்களை அடுக்குவார்கள். எல்லா கேமராக்களில் இருந்தும் கிடைத்த காட்சியை ஒன்றாக இணைத்து இதனை உருவாக்குவார்கள். *Matrix* திரைப்படத்தில்கூட இப்படியொரு காட்சி உண்டு.

மோஷன் கேப்சர்

கதாபாத்திரங்களின் அசைவுகள் படம் பிடிக்கப் பட்டு பின்னர் கம்ப்யூட்டரில் உருவாக்கப்பட்ட கேரக்டர் களுடன் அந்த அசைவுகள் இணைக்கப்படுவது.

சூப்பர் ஸ்டாரின் கோச்சடையான் 'போட்டோ ரியலிஸ்டிக் மோஷன் கேப்சர்' தொழில்நுட்பத்தைப் பயன்படுத்தி எடுக்கப்பட்ட த்ரீடி அனிமேஷன் திரைப்படமாகும். இதன் இன்னொரு சிறப்பம்சம், அந்த நடிகரின் உடல்மொழி கொண்ட வேறு ஒருவரை நடிக்க வைத்து விட்டு பிறகு பின்னணிக் குரலை மட்டும் குறிப்பிட்ட நடிகரை வைத்துப் பேசச் சொல்லலாம். இன்னும் ஒருபடி மேலே சென்று இறந்த நடிகர்களைக் கூட மீண்டும் திரையில் தோன்ற வைக்கலாம். நடிகர் நாகேஷ் அந்தத் திரைப்படத்தில் அப்படித்தான் உருவாக்கப்பட்டு இருப்பார்.

ஸ்டாப் மோஷன்

இதுவும் நீங்கள் மொபைலிலேயே உருவாக்க முடிந்த எபெஃக்ட் தான். இதை வீடியோவாக உருவாக்கப் பட்ட ஃப்ளிப் புக் என்றுகூடச் சொல்லலாம்.

ஒரு கார்ட்டூன் கேரக்டர் பொம்மையையோ அல்லது வேறு ஏதேனும் பொருளையோ எடுத்துக் கொள்ளுங்கள். மொபைலை ஒரு ப்ஃரேமில் நிலையாக வைத்து விட்டு எடுத்துக்கொண்ட பொருளை ஒவ்வொரு மில்லிமீட்டராக நகர்த்தி ஒரு போட்டோ எடுத்துக் கொள்ளவும். எடுத்துக் கொண்ட போட்டோக்களை வரிசையாய் வைத்து மொத்தமாக ஒரு வீடியோவாக மாற்றிக்கொண்டு (ப்ளே ஸ்டோரில் ஏகப்பட்ட ஆப் உண்டு) அதை ப்ளே செய்யும் போது நமக்கு அந்தப் பொருள் தானாக நகர்வது போல தெரியும்.

பேய் தன் மந்திர சக்தியால் தட்டுமுட்டு சாமான்களை நகர்த்துவது போல் காட்டப்படும் பழைய சினிமாக்காட்சிகள் இதற்கு ஒரு நல்ல உதாரணம்.

க்ரோமா கீ

பெயரிலேயே தெரிந்திருக்கும் இது நிறம் சார்ந்தது என்று. பச்சை அல்லது நீலநிறத் திரைக்கு முன் படம்பிடிக்கப்பட்டு பின்னர் தேவைப்படும் இடத்தில் எடுக்கப்பட்ட வீடியோவையோ அல்லது சிஜிஐ மூலமோ உருவாக்கப்பட்ட காட்சியையோ அதனுடன் இணைப்பது தான் இந்த 'க்ரோமா கீ'. ஃபேக்கிங் என்று எளிமையாகச் சொல்லலாம். சிஜிஐ டெக்னாலஜி கொண்டு எடுக்கப்படும் திரைப்படங்கள் அல்லாது பல்வேறு இடங்களிலும் இந்த கிரீன் மேட் சமாச்சாரம் பயன்படுகிறது.

ஏன் நீலம் அல்லது பச்சை..?

மனித உடல் நிறங்களுக்கு நேரெதிரான நிறங்களில் நீலம் அல்லது பச்சை தான் பிரதானமானவை.

எப்போது நீலம்? எப்போது பச்சை?

பச்சை நிறம் அதிகமாக ஒளியைச் சிதறடிக்கும் இதற்கு 'லைட் ஸ்பில்லிங்' என்று பெயர். படம்பிடிக்கப்பட்ட காட்சிகளில் இருந்து அந்தச் சிதறிய ஒளியை நீக்குவது அதிக நேரத்தை விழுங்கக் கூடியதாக இருக்கும். ஆனால் பச்சைத் திரைக்கு அதிக லைட்டிங் வேலைகள் தேவையில்லை. நீலம் பயன்படுத்துகையில் அதிகப்படியான லைட்டிங் வேலைகள் செய்ய வேண்டி வரும். ஆனால் அதில் ஒளிச்சிதறல் வேலைகள் இல்லை. தேவைக்கேற்ப, படம் பிடிக்கவிருக்கும் காட்சிக்கேற்ப இரண்டில் ஒரு நிறத்தைப் பயன்படுத்துவார்கள்.

விர்ச்சுவல் சினிமோட்டோக்ராபி

"பாட்டுப்பாடவா? பார்த்து பேசவா?"என்று ஜெமினி கணேசன் அவர்கள் வைஜெயந்தி மாலாவை சைட் அடித்தபடி பாடிச்செல்லும் பாடல் காட்சியில் 75% சதவீதம் அவர்கள் நின்ற இடத்தில் நின்றபடி குதிரையில் செல்வது போல் உடலை அசைக்க, பின்னால் இருக்கும் திரையில் காட்சிகள் ஓட படம் பிடிக்கப்பட்டதாகும்.

பழைய கருப்பு வெள்ளைத் திரைப்படங்களில் வாகனம் ஓட்டும் காட்சிகள் பெரும்பாலும் இப்படித் தான் படம்பிடிக்கப்பட்டிருக்கும். இந்த முறையையே கொஞ்சம் கொஞ்சம் டெக்னாலஜி ஊற்றிப் பிசைந்து உருட்டி வைத்தது தான் இந்த 'விர்ச்சுவல் சினிமோட்டோக்ராபி'.

திரைக்குப் பதிலாக எல்ஈடி சுவர்கள் கட்டப்பட்டு அதில் தேவையான காட்சிகள் 'அன்ரியல் என்ஜின்' எனப்படும் கேமிங் மென்பொருள் மூலம் உருவாக்கப்பட்டு திரையிடப்படும். முன்னால் நின்று நடிகர்கள் நடிக்க அப்படியே கேமராவால் படம்பிடிக்கப்படும்.

பழைய முறையில் என்ன சிக்கல் என்றால், கேமராக் கோணத்தை மாற்றினால் மாட்டிக்கொள்வோம். ஆனால் இந்த முறையில் நம் கேமராக் கோணத்திற்கு ஏற்ப பின்னால் இருக்கும் *LED* திரையின் கோணமும் மாறும்.

பச்சைத் திரைகளால் ஏற்படும் காலதாமதமும் அதிகப்படியான செலவும் இந்த விர்ச்சுவல் சினிமோட்டோகிராபியால் குறையும் என்றும் சொல்லப்படுகிறது.

18. வியாபாரம்

அடிக்கப் போவதாக மிரட்டும் ரௌடிகளிடம் நாய் சேகர், "ஏய்... ஏய்... சிட்டி, செங்கல்பட்டு, நார்த்ஆற்காடு, சௌத்ஆற்காடு, FMS வரைக்கும் பாத்தவன் நானு. அருவாக்கம்பு எல்லாம் என்னை டச் பண்ணி டயர்ட் ஆகியிருக்கு" என்று டயலாக் விடுவார். அந்த வசனத்தின் அர்த்தம் சினிமாத்துறையில் இருக்கும் மூத்தவர்களுக்குச் சுலபமாகப் புரிந்திருக்கும்.

ஓர் உதவி இயக்குநர், இயக்குநராவதற்கு முன் சினிமாவைப் பற்றித் தெரிந்து கொள்ள வேண்டிய தகவல்களில் கொஞ்சத்தைக் கடந்த வாரங்களில் பார்த்திருக்கிறோம். அதன் கடைசிக்கட்டம் தான் 'வியாபாரம்'.

திரையரங்குகளின் டிக்கெட் கவுண்ட்டர்களில் பார்வையாளர்கள் கொடுக்கும் பணம் எப்படித் தயாரிப்பாளர்களைச் சென்றடைகிறது..?

போஸ்ட் ப்ரொடக்‌ஷன் வேலைகள் முடிவடைந்ததும் தணிக்கைக் குழுவினருக்குத் திரையிடப்படும். திரையிட அனுமதியில்லாத காட்சிகளை நீக்கிவிட்டுத் தடை செய்யப்பட்ட சொற்களை மியூட்செய்து விட்டு கதைக்கு ஏற்ப யு அல்லது ஏ/யு சான்றிதழ் அளிக்கப்படும். தணிக்கைக் குழுச் சான்றிதழ் பெற்றதும் 'க்யூப்'க்கு அனுப்பப்படும்.

க்யூப்

ஃபிலிம் ரோல்களில் படம் பிடிக்கப்பட்ட திரைப்படங்களைத் திரையிட திரையரங்குகளில் ஃபிலிம் ப்ரொஜக்டர்கள் இருந்தன. டிஜிட்டல் யுகம் ஆரம்பித்து டிஜிட்டல் கேமராக்களின் ஆதிக்கம் ஆரம்பித்த பிறகு டிஜிட்டல் முறையில் திரையிடும் ப்ரொஜக்டர்களை மாற்றவேண்டிய அவசியம் உண்டானது. ஒவ்வொரு ப்ரொஜக்டரும் ஏழு முதல் எட்டு லட்சம் வரை விலைமதிப்புடையவை. அப்போது உள்நுழைந்தது தான் இந்த க்யூப் சினிமா மற்றும் யுஎஃப்ஓ மாதிரியான டிஜிட்டல் நிறுவனங்கள்.

"டிஜிட்டல் ப்ரொஜக்டர்களை நாங்கள் இலவசமாக பொருத்தித் தருகிறோம். அதற்குக் கட்டணமாக ஒவ்வொரு காட்சி திரையிடப்படும் போதும் 500 ரூபாய் தயாரிப்பாளர் சார்பில் வழங்கப்பட்டால் போதும்" என்று உள்ளே நுழைந்தனர். க்யூப் தங்களது ப்ரொஜக்டர்களில் திரையிடும் வடிவமைப்புக்கு மாற்றம் செய்து, தங்களுடைய க்ளவுட் ஸ்டோரேஜில் பதிவேற்றி விடுவார்கள். பின்னர் அவை குறிப்பிட்ட திரையரங்குகளில் தரவிறக்கப்படும். அவை மறைகுறிப்பு (என்க்ரிப்ட்) செய்யப்பட்டிருக்கும். திரையிடப்படும் நேரத்தில் க்யூப் சினிமாவினர்

அனுப்பும் 'கீ' மூலம் திறக்கப்பட்டுத் திரையிடப்படும்.

நான்காயிரம் திரையரங்குகள் இருந்த தமிழகத்தில் இந்த டிஜிட்டல் முறையால் மூடப்பட்ட திரையரங்குகள் மட்டுமே சுமாராக இரண்டாயிரம் இருக்கும். சென்னையின் முக்கியப் பேருந்து நிறுத்தங்களே சில திரையரங்குகளின் அடையாளத்தோடு இருந்தன. இன்று அவையும் காலத்திற்கேற்ப மாறாததால் காணாமல் போயின.

நாய் சேகர் குறிப்பிட்டது போக இன்னும் சில பகுதிகளை உள்ளடக்கியதுதான் தமிழக விநியோகப் பகுதிகள் ஆகும். அவை சிட்டி (சென்னையின் எல்லைக்குட்பட்ட திரையரங்குகள்), செங்கல்பட்டு, வட ஆற்காடு, தென்னாற்காடு, கோவை, சேலம், MR(மதுரை ராமநாதபுரம்), TT (திருச்சி, தஞ்சாவூர்), TK (திருநெல்வேலி, கன்னியாகுமரி). மேலும் தமிழகத்திற்கு வெளியே பெங்களூர் , மும்பை போன்ற வெளிமாநில உரிமைகளும் உண்டு. நாட்டிற்கு வெளியே விற்கப்படும் உரிமையானது எஃப்எம்எஸ் (ஃபாரின், மலேசியா, சிங்கப்பூர்) என்றும் அழைக்கப்படுகிறது.

அவுட்ரைட்

ஓர் உதவி இயக்குநருக்கு முதல் வாய்ப்பு தருவது என்பது தயாரிப்பாளருக்குத் தலையை அடமானம் வைப்பதற்கு இணையான ஆபத்து நிறைந்தது. நிச்சயம் சிறிய பட்ஜெட் திரைப்படமாகத்தான் தயாரிக்கப்படும். அப்படிச்சிறிய அளவிலானபொருட் செலவில் தயாரிக்கப்படும் திரைப்படங்களின் விநியோக முறை பிரிவ்யூ ஷோ எனப்படும் முன்னோட்டக் காட்சிகளை விநியோகஸ்தர்களுக்குத்

திரையிட்டுக் காட்டுவதில் தொடங்குகிறது. பெரும்பாலும் அவுட்ரைட் முறையிலேயே விற்கப்படும்.

"இந்த திரைப்படம் வசூல் செய்யுமா.? செய்யாதா..? என்ற சந்தேகம் உண்டு. மேலும் முதலீடு திரும்பக் கிடைத்தால் போதும். எனவே, "மொத்தமாக ஒரு தொகையைக் கொடுத்து உரிமையை வாங்கிக்கொள்" என்பதே அவுட்ரைட் முறையாகும். வசூலில் கிடைக்கும் அதிகப்படியான லாபத்தில் தயாரிப்பாளருக்கு எந்தப் பங்கும் கிடைக்காது. சம்பளம் இல்லாமலோ அல்லது குறைந்தபட்ச சம்பளமோ இயக்குநருக்குத் தரப்படுவதற்கு இதுதான் காரணம். இதுவே நியாயமும் கூட.

மினிமம் கியாரண்டி

பெரிய அளவில் லாபம் இல்லாவிட்டாலும் நிச்சயம் நஷ்டமடையாது என்ற திரைப்படங்கள் குறைந்தபட்ச உத்திரவாதம் உள்ள படங்களாக குறிப்பிடப்படும். பெரும்பாலும் அவை புகழ்பெற்ற இயக்குநர்கள் அல்லது நடிகர்களின் திரைப்படங்களாக இருக்கும். 'மினிமம் கியாரண்டி' என்பது சினிமாவில் வழங்கப்படும் ஒருவகையான பாராட்டுப் பத்திரமாகவே கருதப்படுகிறது. தியேட்டர் வருமானம் மட்டுமன்றி இன்னும் சில வியாபார வழிகளும் உண்டு.

செயற்கைக்கோள் உரிமம் - சேட்டிலைட் தொலைக்காட்சி நிறுவனங்களுக்கு உரிமையை விற்பது. திரையரங்குகளில் இருந்து நீக்கப்பட்ட பின்பு தொலைக்காட்சிகளில் வெளியிட உரிமம் வழங்கப்படும்.

OTT - அமேசான், ஹாட்ஸ்டார், நெட்ப்ளிக்ஸ், போன்ற தளங்களுக்கு விற்பது. தியேட்டருக்குப்

பதிலாக நேரடியாக OTT வெளியீடுகளும் செய்யப்படுவதுண்டு.

ஆடியோ உரிமம் - இணைய வளர்ச்சிக்கு முன்பு ஆடியோ நிறுவனங்கள் இந்த உரிமையை வாங்கிப் பாடல்களை கேசட்களில் பதிவு செய்து விற்று லாபம் பார்த்தார்கள். தற்போது இந்த வருமானம் கிட்டத்தட்ட சுழியம் ஆகிவிட்டபோதும் யூடியூப் வெளியீடு, காலர் ட்யூன் &ஐ ட்யூன் வருமானம், இசை வெளியீட்டு நிகழ்ச்சிகளைப் பதிவு செய்து அவற்றை விற்பது மூலம் கிடைக்கும் வருமானம் என்று பல வழிகளில் வருமானங்கள் உண்டு. மேலும் ரீமேக், டப்பிங், மெர்ச்சண்டைஸ்... என்று உதிரி வருமானங்கள் ஏகப்பட்டவை உண்டு.

ஃப்ளாப் - செலவு செய்த முதலீடே முழுதாகக் கிடைக்காத பட்சத்தில் அந்த திரைப்படம் "ஃப்ளாப்" ஆனதாகக் கூறப்படும்.

ஆவரேஜ்- ஓவர்ஆல் கலெக்ஷன் என்று சொல்லப்படும் எல்லா வகையான வருமானமும் சேர்ந்து படத்தின் முதலீடு திரும்பக் கிடைத்தால் "ஆவரேஜ்".

பாக்ஸ் ஆபீஸ் - திரையரங்குகளில் நுழைவுச்சீட்டு விற்கும் பெட்டி போன்ற அமைப்பை 'பாக்ஸ் ஆபீஸ்' என்று அழைப்பார்கள். இந்த பாக்ஸ் ஆபீஸ் மூலம் விற்கப்படும் டிக்கெட்களினால் கிடைக்கும் பணம் பாக்ஸ் ஆபீஸ் கலெக்ஷன் என்று சொல்லப்படும். படத்திற்கு செலவு செய்யப்பட்ட தொகை இப்படி டிக்கெட் விற்பனை மூலமாகவே வசூல் செய்யப்பட்டு விட்டால் அந்த திரைப்படம் "பாக்ஸ் ஆபீஸ் ஹிட்".

ப்ளாக் பஸ்டர் - இந்த வார்த்தை பெரிய கட்டிடங்களை வெடித்துச் சிதற வைக்கப் பயன்படும்

வெடிகுண்டுகளைக் குறிப்பிடப் பயன்படுத்துவது. ஒரு பெரிய கட்டிடமே வெடித்துச் சிதறியது போல வசூல் பணம் கொட்டியது என்றால் அந்தத் திரைப்படம் "ப்ளாக் பஸ்டர் ஹிட்" என்று குறிப்பிடப்படும்.

விளம்பரம்

வியாபாரம் செய்வதற்கு முக்கியமான முன்தயாரிப்புகளில் ஒன்று விளம்பரப்படுத்துவது.

"சூப்பர் ஸ்டார் கதாநாயகனாக நடிக்க ஒப்புக்கொண்டார்" என்று செய்தி வெளியானதுமே விநியோக உரிமைக்காகத் தயாரிப்பாளர் வீட்டுமுன்பு பணப்பெட்டிகளுடம் கூட்டம் குவிய ஆரம்பித்து விடும். அப்படிப்பட்டவரின் திரைப்படங்களுக்கே விளம்பரச் செலவு என்பது தவிர்க்க முடியாதது. குறைந்த பொருட்செலவில் உருவாகும் முதல்பட இயக்குநர்களின் படங்களுக்குச் சொல்லவா வேண்டும்?

முறையாக விளம்பரம் செய்தால், பாக்கு இடிக்கும் உலக்கையைக் கூட "மூட்டைப்பூச்சியைக் கொல்லும் நவீன மிஷின்" என்று விற்றுவிட முடியும். திரைப்படத்தை மொத்தமாகப் பணம் கொடுத்து வாங்கப் போகும் விநியோகஸ்தர்களுக்கு முழுத் திரைப்படத்தையும் ஒளிபரப்பிக் காட்டலாம். ஆனால் ஒவ்வொரு ரசிகனுக்கும் எதைக் காட்டி விளம்பரப்படுத்துவது..?

ஃபர்ஸ்ட் லுக் போஸ்டர் - திரைப்படத்தின் முக்கியக் கதாபாத்திரம் அல்லது கதையின் கருமையத்தை விளக்குவது ஆகியவற்றில் எதாவது ஒன்றை வைத்து ஃபர்ஸ்ட் லுக் போஸ்டர் இணையத்தில்

வெளியிடப்படும். "விரைவில்" என்ற குறிப்போடு சுவரொட்டிகளாக அச்சிடப்பட்டு ஊரெங்கும் ஒட்டப்படும்.

டீஸர் &ட்ரெய்லர் - திரைப்படத்தின் முக்கியக் காட்சிகள், "பார்வையாளர்களுக்கு சுவாரஸ்யத்தை ஏற்படுத்தி திரையரங்குகளுக்கு வரவைக்கும்" என்று நினைக்கும் சிறப்பான காட்சித் துணுக்குகளை வெட்டி, ஒட்டி உருவாக்கப்படும் காணொளிக்கு அதன் நேர அளவைப் பொறுத்து டீஸர் (1நிமிடம்) அல்லது ட்ரெய்லர் (3 நிமிடங்களுக்குள்) என்று வெளியிடப்படும்.

ஆங்காங்கே நடைபெறும் திரைப்படத் திருவிழாக் களுக்கு அனுப்பி வைப்பதும் சிறிய பட்ஜெட் படங்களுக்கு ஒரு நல்ல வரவேற்புக்கிடைக்க உதவும்.

சினிமாவும் அரசியலும் ஒன்றுக்கொன்று பின்னிப் பிணைந்தவை. கிட்டத்தட்ட அறுபது ஆண்டுகளாக தமிழகத்தின் ஆட்சியாளர்களை சினிமாத் துறை தான் தேர்ந்தெடுத்து வந்துள்ளது. இப்படிப்பட்ட சினிமாத் துறைக்குள் அப்ரண்டிஸ்ஸாக உள்ளே நுழையும் உதவி இயக்குநர்களுக்குள் அரசியல் இல்லாமல் இருக்குமா?.

எப்படிப்பட்ட பிரச்சனைகள் உருவாகும்..? யார், யாரை எப்படிச் சமாளிக்க வேண்டும்..?

பல ஆயிரம் பேர் ஒருவரை ஒருவர் கீழே தள்ளிவிட்டு மேல ஏறத் தயாராக இருக்கும் ஒரு மலையேற்றத்தில் மலையுச்சியை அடையப் போகும் சிலரில் ஒருவராக இருக்க எப்படி எல்லாம் நம்மைத் தயார்படுத்திக் கொள்ள வேண்டும்..?

19. என்ன ஆனார்? எங்கே போனார்?

கீழுள்ள பாடல்களில் உங்களுக்கு அறிமுகமான பாடல்கள் எத்தனை?

"துளித்துளியாய் கொட்டும் மழைத்துளியாய் எந்தன் இதயத்தை இதயத்தை"

"நீ பார்த்துட்டுப்போனாலும் பாக்காமப்போனாலும் பார்த்துக்கிட்டேதான் இருப்பேன்"

"ஏய் அசைந்தாடும் காற்றுக்கும் அழகான பூவுக்கும் காதலா? காதலா?"

"காதல் பண்ணாதீங்க காதலே பண்ணாதீங்க"

"திருடிய இதயத்தைத் திருப்பிக் கொடுத்துவிடு காதலா என் காதலா"

"திரும்பத் திரும்ப பார்த்துப் பார்த்து திரும்பத் திரும்ப பேசிப்பேசி"

அனேகமாக அனைத்துப் பாடல்களையும் நீங்கள் கேட்டிருக்கக் கூடும். இவற்றில் சில உங்களுக்கு மிகவும் பிடித்த பாடலாகவும் இருக்கக்கூடும்.

குணால், மோனல் ஆகியோர் நடித்த, 22 வருடங்களுக்கு முன்பு வெளியான, 'பார்வை ஒன்றே போதுமே' என்ற திரைப்படத்தில் இடம் பெற்ற பாடல்கள்தான் இவை.

"பாடல்கள் தெரிந்த அளவுக்குத் திரைப்படங்களைத் தெரிந்திருக்காது" என்று முன்பே பார்த்திருப்போம். திரைப்படங்களையே மறந்து விடும் நாம் அதை இயக்கிய இயக்குநரை ஞாபகம் வைத்திருப்போமா..?

இந்த 'பார்வை ஒன்றே போதுமே' திரைப்படத்தை அப்போதைய பிரபல நடிகர், நடிகைகளை கொண்டு இயக்கிய இயக்குநரின் பெயர் முரளி கிருஷ்ணா. அவர் அதன் பிறகு இரண்டு மூன்று படங்களை இயக்கியுள்ளார் என்ற போதும் அந்த திரைப்படங்களின் பெயர்கள் இந்தப் பாடல்கள் இடம்பெற்ற திரைப்படத்தின் அளவுக்கு கூட யாருக்கும் தெரிந்திருக்க வாய்ப்பில்லை. சுருக்கமாகச் சொல்வதென்றால் அவர் கடைசியாக இயக்கிய திரைப்படத்திற்கு விக்கிப்பீடியா பக்கம்கூடக் கிடையாது.

முரளி கிருஷ்ணா என்ன ஆனார், எங்கு போனார் என்பதை விடுங்கள். நாம் பார்க்கப் போவது அந்த வெற்றிப்படத்தில் உதவி இயக்குநராக வேலை செய்த சுதாகர் என்பவரைப் பற்றித்தான்.

திருச்சி துறையூரைச் சேர்ந்த சுதாகர் (பத்திரிக்கைகளில் "மணப்பாறையைச் சேர்ந்த குருநாதன்" என்றே குறிப்பிடுகிறார்கள். ஆனால் நேரில் பார்த்து அவருடன் பேசியவர்கள் சொன்னது "சுதாகர்" தான்.) சினிமா வாய்ப்புத் தேடி சென்னைக்கு வருகிறார். 2000ஆம் ஆண்டு வெளியான 'பார்வை ஒன்றே போதுமே' திரைப்படத்தில் உதவி இயக்குநராக வாய்ப்புக் கிடைத்து வேலை செய்கிறார்.

அதன் பிறகு என்ன ஆனார், எங்கு போனார் என்று யாருக்குமே தெரியவில்லை.

ஒரு திரைப்படத்தில் தன்னுடன் வேலை பார்த்த உதவி இயக்குநர்களை இயக்குநர்கள் அடுத்தடுத்த திரைப்படங்களுக்கு தக்க வைப்பது என்பது அவர்களின் திறமையையும் வேலை செய்யும் விதத்தையும் குணாதிசயத்தையும் பொறுத்தது. அப்படி ஒத்து வராதவர்களை அடுத்தத் திரைப்படத்திற்கு வேலை செய்யப் பெரும்பாலும் அழைக்க மாட்டார்கள். ஒருவேளை, சுதாகருக்கு அந்த நிலை வந்திருக்கலாம்.

ஆனால் பிற்காலத்தில் அந்த சுதாகர் என்ன ஆனார் என்று தெரிந்து கொண்டால் யாராக இருந்தாலும் இதயம் ஒரு நொடி உறைந்துதான் போகும்.

வடபழனி அம்பிகா எம்பயர் ஹோட்டலின் எதிரில் உள்ள ஒரு டீக்கடைக்கு அருகில் சடைமுடியுடன், அழுக்கேறிய உடையுடன் கையில் ஒரு பேனாவுடனும் சில வெள்ளை காகிதங்களுடனும் பிச்சைக்காரனைப் போல் இருந்தார்.

முதல் திரைப்பட வாய்ப்பிற்குப் பிறகு வாய்ப்பு கிடைக்காமல் ஊரெல்லாம் சுற்றியிருக்கிறார். ஒரு கதையை எழுதி வைத்திருந்திருக்கிறார். அதை யாரோ திருடி விட்டதாக புலம்பியபடியே, இந்தக் கோலத்திலும், எங்கிருந்தோ பேனாவும் பேப்பரும் வாங்கி வைத்துக் கொண்டு தினமும் அந்த பேப்பர்களில் கவிதைகளும் கதைகளும் எழுதிக் கொண்டிருக்கிறார். அவரைப் புகைப்படம் எடுத்து, சமூக வலைத்தளங்களில் அவரைப் பற்றிக் கிடைத்த தகவல்களோடு இரண்டு வருடங்களுக்கு முன்பு பதிவிட்டனர். அடுத்தசில தினங்களில் அவரது

ஊர்க்கார நண்பர் அவரைத் தேடிவந்து அழைத்துச் சென்றார்.

"சினிமாவுக்குப் போயிட்டான். எங்கேயோ நல்லா வாழ்ந்துட்டு இருப்பான்னு நினைச்சேன்" என்று கண்கலங்கிய அவரது நண்பர் "அவன் கதையை யாரோ திருடிட்டாங்கன்னு சொல்லிக்கிட்டே இருக்கான். கொஞ்சமாவது மனிதாபிமானத்தோடு இருங்க" என்று கூறியிருக்கிறார்.

"சினிமாவுல ஜெயிச்சுட்டுத்தான் ஊருக்கு வருவேன்" என்று சபதம் எடுத்துவிட்டு பஸ் ஏறி இருப்பார். அந்த சபதம் நிறைவேறாத அவமானம் அவரை ஊர் நோக்கிச் செல்வதைத் தடுத்திருக்க வேண்டும். தோல்வியை ஒப்புக்கொண்டு ஊருக்குச் சென்று அசிங்கப்படுவதை விட, "இங்கேயே ஏதாவது முயன்று பார்க்கலாம்" என்று சுற்றத் தொடங்கியிருப்பார்.

அந்தப் பிடிவாதம் 20 வருடப் பசியையும் பிச்சைக்கார வேடத்தையும் ஏற்க வைத்திருக்கும். கையில் பேப்பர் பேனா வைத்திருப்பது பார்த்து சிலர் பைத்தியக்காரன் என்ற பட்டத்தையும் கொடுத்திருக்கக் கூடும். மனநலமேகூட பாதிக்கப்பட்டிருக்கலாம்.

இரவு முழுக்க பஸ்ஸில் பயணித்து சென்னைக்கு வந்து நண்பன் அறையில் தங்கி வாய்ப்பு தேடும் நிலையில் நான் இல்லை. எனக்கு வடபழனி மற்றும் சாலிகிராமத்துக்குச் செல்லப் பத்து ரூபாய் இருந்தால் போதும்.

'முதல் வாய்ப்பு' கைக்கு எட்டும் தூரத்திலேயே சுலபமாக கிடைத்தது. முதல் திரைப்படம் முழுமை அடைந்து வெளியீட்டுக்காக காத்திருந்த நேரத்தில்தான் இந்தச் சம்பவம் பற்றிக் கேள்விப்பட்டேன்.

அதற்குள் கிட்டத்தட்ட மூன்று இயக்குநர்களிடம் திரைக்கதை விவாதத்தில் ஈடுபட்டு திரைக்கதையும் எழுதத் தொடங்கியிருந்தேன். வாய்ப்புகள் ஓரளவுக்குப் பிரகாசமாக இருந்த எனக்கே 'சடைப்பிடித்த தலையுடனும் அழுக்கு உடையுடனும் டீக்கடை ஓரம் பிளாட்பாரத்தில் படுத்திருப்பது' போல் கனவுகள் வரத்தொடங்கியது.

வாய்ப்பே கிடைக்காமல், யாரிடம் வாய்ப்பு தேடுவது என்றே தெரியாமல், முகநூலில் "டைரக்டர்" என்று ப்ரொபைல் வைத்திருக்கும் அனைவரிடமும் வாய்ப்பு கேட்டுக் கொண்டிருக்கும் ஒருவனுக்கு இந்தச் செய்தி எத்தகைய பாதிப்பை ஏற்படுத்துமென்று கற்பனை செய்யவே பயமாயிருக்கிறது.

சென்னை மேற்கு மாம்பலத்தில் ஒரு நள்ளிரவு நேரத்தில் தெருவில் நடந்து வந்துகொண்டிருந்த ஒரு பெண்ணிடம் இருசக்கர வாகனத்தில் வந்த இளைஞன் ஒருவன் நகையைப் பறித்துச் சென்று விட்டான். நகையைப் பறிகொடுத்த அந்தப்பெண் காவல் நிலையத்தில் புகார் கொடுக்கிறார். காவலர்கள் வந்து கண்காணிப்புக் கேமராக்களில் பதிவாகி இருந்த வண்டியின் எண் மற்றும் அந்த நபரின் அடையாளங்களை வைத்து அடுத்த நாளே அந்த நபரைக் கைது செய்கின்றனர்.

கைது செய்யப்பட்ட அந்த இளைஞன் 'தான் ஒரு உதவி இயக்குநர்' என்றும் 'தான் ஒரு குறிப்பிட்ட திரைப்படத்தில் உதவி இயக்குநராக வேலை செய்திருப்பதாகவும்' கூறுகிறான். அடுத்த படவாய்ப்பு வரும்வரை செலவுக்காக அடிக்கடி இப்படி நகைப்பறிப்பு வேலையில் ஈடுபடுவதாக வாக்குமூலம் கொடுக்கிறான்.

திசை மாறியவர்களின் இருவேறு அதீதங்கள் தான் மேற்சொன்னவை. இன்னும் "சினிமா ஆசையோட வந்தேன். இப்ப பொழப்புக்காக இந்த வேலையச் செய்றேன்" என்று சொல்பவர்கள் பல்லாயிரக்கணக்கில் உண்டு.

"இயக்குநராக வேண்டும்" என்று கிளம்பி வருகிறவர்களின் எண்ணிக்கைக்கும் இயக்குநராக வெற்றி பெறுபவர்களின் எண்ணிக்கைக்கும் இடையே உள்ள விகிதாசாரம் என்பது கிட்டத்தட்ட விந்தணுக்கள் மனிதன் ஆவதற்கு உள்ள விகிதாசாரத்தை நிகர்த்தது.

'டெத் ரேஸ்' திரைப்படத்தில் வரும் கார் பந்தயத்தைப் போலவே அபாயம் நிறைந்ததுதான் இந்த உதவி இயக்குநராகும் பயணம். "மலையேற்றப் பயணம்" என்று சென்ற கட்டுரையில் பார்த்தோம். இன்னும் தெளிவாகச் சொல்லப்போனால் இது "மலையேற்றப் போட்டி". பயணத்தில் சக பயணிகளுக்கு உதவலாம். போட்டியில்?

புதிதாக ஒரு உதவி இயக்குநர்கள் குழுவில் சேர்ந்ததும் நமது செயல்பாடுகள் தனித்துவமாகவும் பாராட்டும் விதமாகவும் இருக்கும்பட்சத்தில், நம் மீது தனிக்கவனம் விழத்தான் செய்யும். அது சீனியர்களுக்குக் கொஞ்சம் எரிச்சலை தரும்.

தனக்குப்பின் ஏற ஆரம்பித்த ஒருவன் தன்னைவிட வேகமாக மலையேறுவதை எப்படி ஏற்றுக் கொள்வார்கள்? அவர்கள் மீது சிறிது பொறாமை வரத்தான் செய்யும். அதை நேரடியாக வெளிப்படுத்த மாட்டார்கள். நேரம் கிடைக்கும் போது மட்டம் தட்டுவதிலோ, குறை சொல்வதிலோ அல்லது வீண்பழி போடுவதன் மூலமாகவோ அந்த வன்மத்தைத் தீர்த்துக் கொள்வார்கள்.

இயக்குநர் தலையிட மாட்டாரா என்று கேள்வி எழுவது இயல்புதான். ஆனால் பிரபலமான இயக்குநர்களில் பெரும்பாலானவர்களுக்குத் தங்கள் இயக்குநர் குழுவிலிருக்கும் புதிய உதவி இயக்குநர் அனைவரின் பெயர்களுமே தெரியுமா? என்பதே சந்தேகத்திற்குரியது. திரைப்பட வேலைகளில் பிஸியாக இருப்பதை விட்டுவிட்டு உதவி இயக்குநர்களுடன் அளவளாவிக் கொண்டிருப்பது அவர்களின் வேலை கிடையாது.

நேரடியாக இயக்குநர்களை நெருங்கும் வாய்ப்பு புது உதவி இயக்குநர்கள் எல்லாருக்கும் கிடைக்காது. இவர்களின் பஞ்சாயத்துகளில் அவர்கள் தலையிடமாட்டார்கள்.

"தக்கன தப்பிப் பிழைக்கும்" என்ற கூற்றுப்படி இது மாதிரியான சூழல்களை எதிர்கொள்ளத் தகுதியானவர்களாக நம்மைத் தயார்படுத்திக் கொள்வதைத் தவிர வேறு எந்த வழியும் இல்லை.

"இதனை இவன் சரியாகச் செய்து முடிப்பான்" என்று இயக்குநர்களுக்கு தெரிந்துவிட்டால் அவர்களை ஒருபோதும் தன் உதவியாளர்கள் குழுவில் இருந்து போக விடமாட்டார்கள். தகுதிப்படுத்திக் கொள்வதும் தகுதியை நிரூபித்துக் கொண்டே இருப்பதும்தான் சினிமாவில் பிழைக்க ஒரே வழி.

'கவிதையும் கதையும் எழுத வருகிறது' என்ற ஒரே காரணத்திற்காக அதை மட்டுமே செய்து கொண்டு மற்றத் தகுதிகளை வளர்த்துக் கொள்ளவோ, விஷயங்களைத் தெரிந்து கொள்ளவோ, தயாராக இல்லாவிட்டால் என்ன ஆகும்..?

வடபழனி பிளாட்பார்ம்களில் பிச்சைக்காரக் கோலத்தில் படுத்தபடியே கவிதையும் கதையும் எழுதிக் கொண்டிருக்க வேண்டியது தான். முகத்தில் அறைவதுபோல இருந்தாலும் இதுதான் உண்மை.

எல்லா பாதைகளும் சுற்றி வந்து சேருகிற இடம் ஆட்டிட்யூட் என்கிற 'அணுகுமுறை' தான்.

20. பொறுப்புகள்

அது, காலணிகள் தயாரிக்கும் ஒரு தொழிற்சாலை. 'பேக்கிங்' பகுதி வழியாக மேலதிகாரி ஒருவர் வந்துகொண்டிருந்தார். அவர் கண்ணில் ஒரு விஷயம் தென்பட்டது. பெட்டிகளில் இடது கால் ஷூக்கள் மட்டும் வைக்கப்பட்டு, பெட்டிகள் சீல் செய்யப்பட்டு, வண்டிகளில் ஏற்றத் தயாராக அடுக்கப்பட்டிருந்தன. ஒவ்வொரு பெட்டியிலும் வலது கால் ஷூ வைக் காணவில்லை.

குழப்பம் அடைந்த மேலதிகாரி, "என்ன நடக்கிறது இங்கே..?"என்று கோபமாகக் கத்தினார். அப்பொழுது பெட்டிகளை அடுக்கிக் கொண்டிருந்த ஊழியர், "ஒண்ணுமில்ல சார்.... வலது கால் ஷூ வைப் பெட்டியில் வைக்க வேண்டிய ஊழியர் இன்னைக்கு லீவு" என்றார்.

தம் கடமையில் தவறாத மற்ற ஊழியர்கள் தங்கள் பணிகளைச்செவ்வனேசெய்துகொண்டிருக்கிறார்கள்.

ஒரு வேலையைக் கடமையாக நினைத்துச் செய்வதற்கும் அதைப் பொறுப்பாக எடுத்துச் செய்வதற்குமிடையேயான வித்தியாசம் இதுதான்.

ஒருவன் பொறுப்பானவன் என்பதைக் குறிப்பிட, "வெட்டிட்டு வாடான்னா கட்டிட்டு வருவான்" என்றொரு சொலவடை கிராமப்புறங்களில் உண்டு. அதன் அர்த்தம் "விறகு வெட்டிட்டு வாடா" என்று சொல்லி அனுப்பினால், விறகை வெட்டி, கட்டி, சுமந்து வந்து வீட்டில் வைத்து விடுவான் என்று அர்த்தம்.

உதவி இயக்குநராக வேலை செய்யும் போது 'கடமையைச் செய் பலனை எதிர்பாராதே' என்றிருந்தால் பலனே கிடைக்காது. கடைசி வரை உதவி இயக்குநராகவே காலம் கழிக்க வேண்டியதுதான். அப்படி கடமையே கண்ணாக இருந்து, தன்னுடைய இறுதிக்காலம் வரை உதவிய இயக்குநராகவே இருந்துவிட்டு, வெளியில் தெரியாமல் போன உதவி இயக்குநர்கள் நூற்றுக்கணக்கானவர்கள் சினிமாவில் உண்டு. அதிகபட்சம் இணை இயக்குநர் ஆவார்கள். ஆனால் இயக்குநர் நாற்காலி கடைசிவரை கனவு தான்.

பொறியியல் கல்லூரிகளில் செய்முறைத் தேர்வுகள் நடப்பதற்கு முன் செயல் விளக்கங்களைக் குறித்து வைக்கும் 'நடைமுறை பதிவுக் குறிப்பேடு'களில் (எளிய தமிழில் சொல்வதென்றால் ரெக்கார்ட் நோட்) கையெழுத்து வாங்கினால் தான் தேர்வெழுத அனுமதிப்பார்கள். இந்த ரெக்கார்ட் நோட் சமர்ப்பித்தல் என்பது பொறியியல் மாணவர்களுக்குப் பெரும் தலைவலி. நான்கு ஆண்டுகளில் சுமார் இருபத்தைந்துக்கும் மேற்பட்ட ரெக்கார்ட்

நோட்களில் ஆய்வக ஆசிரியர், பாட ஆசிரியர், துறைத்தலைவர் மூவரிடமும் கையொப்பம் பெற வேண்டும். அதைச் சமர்ப்பிக்க ஒரு காலக்கெடுவும் நிர்ணயிக்கப்படும். தன் கல்லூரி வாழ்க்கை முழுக்க 25 முறையில் ஒரேயொரு முறைகூட சரியான நேரத்தில் சமர்ப்பிக்காத ஒருவன்தான், கடந்த இருபது வாரங்களாக ஒரு வாரம்கூடத் தவறாமல் இந்தக் கட்டுரைகளை எழுதிக்கொண்டிருக்கிறான்.

பள்ளியிலும் கல்லூரியிலும் 'ஒழுங்கீனமானவன்' என்ற பெயரைப் பெற்று 'பொறுப்பற்றவன்' என்ற அடையாளத்தோடு திரிந்திருந்தாலும் சினிமாவுக்கு வந்த பிறகு அந்தப் பழக்கங்களைக் கொஞ்சங் கொஞ்சமாக மாற்றிக் கொள்ளத்தான் வேண்டும்.

உதவி இயக்குநர்கள் தனக்குக் கொடுக்கப்பட்ட வேலையை நேரத்துக்குள் ஒழுங்காக செய்யாத பட்சத்தில் பள்ளி, கல்லூரிகள் போலத் தண்டனைகள் வழங்கப்படாது. திட்டு விழும். சில இயக்குநர்களிடம் உதவியாளராக இருந்தால் அடியும்கூட விழும். ஆனால் இதைவிடப் பெரிய பாதிப்பு ஒன்று உண்டு.

படப்பிடிப்புத் தளத்தில் ஒருவன் வேலை செய்யும் விதம் நாம் எதிர்பாராத ஆட்களால் கவனிக்கப்படும். ஒருநாள் அதுவே நமக்கான அடுத்தக் கட்டத்தை அடைகிற வாய்ப்பை உருவாக்கும். உருவாக்கியும் உள்ளது.

வரலாற்றில் பல வெற்றியாளர்கள் வாய்ப்பைத் தேடி செல்லும் முன்பே வாய்ப்பு அவர்களை நோக்கி வந்ததற்கு அவர்களின் களப்பணி ஒரு முக்கியக் காரணியாகும். அந்த நேரத்தில் இயக்குநரிடம் திட்டு வாங்கிக்கொண்டிருப்பது நல்லதல்ல.

'வேலையைப் பொறுப்பாக முடிப்பது' என்பது வேலையை முடித்தபின் அந்த வேலை முழுமையடைய 'உப வேலைகள்' செய்ய வேண்டிய தேவை இருக்கக்கூடாது என்பதே ஆகும்.

வேலை செய்யும் விதமும் அணுகுமுறையும் தான் பல பேருக்கு நம் மேல் நம்பிக்கை உண்டாக்கப் போகும் முதலீடு. இந்த முதலீட்டுக்குப் பதிலாகத் தான் அவர்களுடைய பணத்தை நம்மீது முதலீடு செய்வார்கள்.

வாய்ப்புத் தேடி அலைந்து திரிந்து, ஒரு கட்டத்தில் வாய்ப்புக் கிடைத்து, முதல்பட இயக்குநர்களுடன் வேலை செய்வோம். ஆனால் பிரபல இயக்குநர்களிடம் சேரும் வாய்ப்புக் கிடைப்பது குதிரைக் கொம்பாகவே இருக்கும். இதற்குப் பிரபல இயக்குநர்கள் சொல்லும் காரணம் "புதியதாக ஒருவரைக் குழுவுக்குள் சேர்ப்பது ரகசியங்கள் வெளியே கசியும் அபாயத்தை ஏற்படுத்துகிறது" என்பதுதான்.

முதல்பட இயக்குநர்களின் கதையைப் பாதுகாப்பதை விடப் பல மடங்கு பாதுகாப்பு பிரபல இயக்குநர்களின் கதைகளுக்குத் தேவை. கோடிக்கணக்கான ரூபாய் முதலீடு செய்யப்பட்டிருப்பதால் இந்தப் பாதுகாப்பு அத்தியாவசியமாகிறது.

தன்னுடைய குழுவில் ஏற்கனவே இருக்கும் உதவி அல்லது துணை இயக்குநர்களின் சிபாரிசில்தான் புது உதவி இயக்குநர்களை பெரும்பாலான பிரபல இயக்குநர்கள் சேர்ப்பார்கள். (இருந்தாலும் ஒருமுறை அவர்களின் பின்னணி ஆராயப்படும்). சிபாரிசு செய்பவர்கள் மாமன் மச்சானாக இருக்க வாய்ப்பில்லை. அவர்களும் பழக்கத்தின்

அடிப்படையில்தான் சிபாரிசு செய்வார்கள். எனவே சிபாரிசு செய்பவருக்கும் அந்தச் சிபாரிசை ஏற்று நம்மை இணைத்துக் கொள்ளும் இயக்குநருக்கும் 'நான் நேர்மையானவன்' என்ற நம்பிக்கையைக் கொடுக்கக்கூடிய பொறுப்பும் உதவி இயக்குநருடையது.

அமெரிக்காவில் 'ஷார்க்ஸ் டேங்க்' என்ற பிரபலத் தொலைக்காட்சி நிகழ்ச்சியொன்று ஒளிபரப்பாகிறது. அந்த நிகழ்ச்சியைப் பெரும் தொழிலதிபர்கள் ஒன்று சேர்ந்து நடத்துகிறார்கள். சிறு &குறு வணிக நிறுவனங்களை நடத்தி வரும் தொழில் முனைவோரை அழைத்து வந்து, அவர்களது தொழிலின் எதிர்காலத்தைப் பற்றி ஆராய்ந்து, அவர்கள் கேட்கும் முதலீடு &லாப பங்கீட்டையும் கணக்கில் கொண்டு, அவர்கள் தொழிலில் இவர்களும் முதலீடு செய்வார்கள்.

மிகவும் பிரபலமான இந்த நிகழ்ச்சி ஜப்பானியத் தொலைக்காட்சி நிகழ்ச்சியான 'டிராகன்ஸ் டென்' என்ற நிகழ்ச்சியின் அமெரிக்க வெர்ஷன் ஆகும். அமெரிக்காவில் எந்த அளவுக்கு இந்த நிகழ்ச்சி பிரபலம் என்றால், சில நிறுவனங்கள் தங்களை விளம்பரப்படுத்திக் கொள்ளும் போது "தங்கள் நிறுவனம் 'ஷார்க்ஸ் டேங்' நிகழ்ச்சியில் இடம்பெற்றது" என பொய்யாக விளம்பரப்படுத்துவார்கள். (இந்த நிகழ்ச்சியின் இந்திய வெர்ஷன் சோனி எண்டர்டெயின்மெண்ட் டெலிவிஷனில் ஒளிபரப்பாகிறது.)

'தொழில் முனைவோர்கள்' தாங்கள் புதிதாக ஆரம்பித்திருக்கும் தொழிலைப் பற்றியும், அதன் மூலம் கிடைத்திருக்கும் லாபத்தைப பற்றியும்,

எதிர்காலத்தில் அந்தத் தொழில் அடையப்போகும் வளர்ச்சியை பற்றியும் விவரித்து விட்டு, அவர்களுக்குத் தேவைப்படும் முதலீட்டுத் தொகையை குறிப்பிடுவார்கள். ஷார்க்ஸ் தங்களுக்குள் கலந்தாலோசித்து, நம்பிக்கை ஏற்படும் பட்சத்தில் லாபப் பங்கீட்டு விகிதம் ஏற்புடையதாக இருக்குமானால் முதலீடு செய்வார்கள். இந்த ஷார்க்ஸ் அனைவருமே தொழில்துறையில் பழம் தின்று கொட்டை போட்ட ஜாம்பவான்கள். கேட்ட மாத்திரத்திலேயே, "இது வேலைக்கு ஆகுமா? ஆகாதா?" என்று சரியாகக் கணித்து, "உன் தொழிலில் எங்களால் முதலீடு செய்ய முடியாது" எனக்கூறி அனுப்பிவிடுவார்கள்.

இந்த 'ஷார்க்ஸ்'க்கு சற்றும் சளைத்தவர்களல்ல தமிழ் சினிமாவின் வெற்றிபெற்ற தயாரிப்பாளர்கள். சிலர் கதையின் கருவை வைத்தே திரைப்படத்தின் வெற்றி, தோல்வியைச் சரியாகக் கணித்து விடுவார்கள். அவர்களுக்கு 'முதலீடு செய்யப் போகும் பணம் லாபத்தோடு மீண்டும் கிடைக்கும்' என்ற நம்பிக்கையை ஏற்படுத்தாத பட்சத்தில், ஒரு ரூபாயைக்கூட அவர்களிடம் இருந்து வாங்க முடியாது. அந்த நம்பிக்கையை ஏற்படுத்துவதும் முதல்படம் இயக்கப் போகும் உதவி இயக்குநருடைய பொறுப்பு.

உதவி இயக்குநராகி, வாய்ப்பு கிடைத்து, திரைப்படம் இயக்கி, "இயக்குநர்" என்ற பெயர் வாங்குவது வரை சிலருக்கு சீராக நடைபெறும். இரண்டாவது திரைப்படத்தைத் தயாரிக்க தயாரிப்பாளர் கிடைப்பது அவ்வளவு சுலபமல்ல.

கடந்த தசாப்தத்தில் ஒரு திரைப்படம் மட்டும் இயக்கி விட்டு, அடுத்த திரைப்படத்திற்குத் தயாரிப்பாளர்

கிடைக்காமல் காத்திருக்கும் இயக்குநர்களின் எண்ணிக்கை கணிசமானது. முதல் திரைப்படத்திற்குக் கிடைத்த வரவேற்பைப் பொறுத்ததுதான் அடுத்த வாய்ப்பு. அந்த வரவேற்பைக் கொடுக்க வேண்டியது ரசிகர்கள். இந்த இயக்குநரின் திரைப்படம் நிச்சயம் நம்மளை ஏமாற்றாது என்ற நம்பிக்கையை ரசிகர்களிடையே ஏற்படுத்த வேண்டிய பொறுப்பும் ஒரு இயக்குநருடையது.

இத்தனை பொறுப்புகளையும் ஏற்றுச் செயல்படத் தயாராக இல்லாதபட்சத்தில், ஓத் உதவி இயக்குநர் தன் பயணத்தின் பாதையை ஒரு டிகிரி கூட மேல் நோக்கி உயர்த்த முடியாது.

21. எருமையாக இருக்கும் கலை

எழுத்தாளர் ஜெயகாந்தனுக்கு அப்போதைய முதல்வர் எம்ஜிஆரிடமிருந்து அழைப்பு வருகிறது. தொலைபேசியில் எம்ஜிஆரே நேரடியாக ஜெயகாந்தனிடம், "நான் இன்று உங்களைச் சந்திக்க விரும்புகிறேன். நேரில் வர முடியுமா..?"என்று கேட்கிறார். ஜெயகாந்தன் பதிலுக்கு, "இன்று இரவு ஏழு மணிக்கு நான் என் நண்பர்களுடன் மதுவருந்தப் போகிறேன். என்னால் இன்று வர முடியாது. முடிந்தால் நாளை வருகிறேன்" என்று கூறி அந்த அழைப்பை மறுக்கிறார்.

குறிப்பு: எம்.ஜி.ஆர் அன்றைக்கு எல்லாம்வல்ல முதல்வராய் இருந்தார்.

சந்திரபாபு அவரை வீட்டுக்கு அழைத்து தன்னுடன் மதுவருந்துமாறு கேட்கிறார். ஜெயகாந்தன் வீட்டுக்குச் செல்கிறார். ஆனால் மதுவருந்த மறுக்கிறார். "ஏன்..?"என்று சந்திரபாபு கேட்டதற்கு "விருப்பமில்லை" என்று பதில் அளிக்கிறார். "என்ன

காரணம்..?" என்று சந்திரபாபு மீண்டும் வற்புறுத்த, "குடிப்பேன் ஆனா கண்டவன் கூட எல்லாம் இஷ்டத்துக்கு குடிக்க மாட்டேன்" என்று பதில் அளிக்கிறார்.

இந்த பதிலுக்குப் பின்னரும் சந்திரபாபு அவரை மீண்டும் மீண்டும் துருவி விசாரிக்க, "குடித்துவிட்டுச் சிறைக்குச் செல்ல எனக்கு விருப்பமில்லை" என்று பதில் அளிக்கிறார். (அந்தக் காலத்தில் குடிப்பதற்கே தனியாக உரிமம் வாங்கி வைத்திருக்க வேண்டும். அப்படி உரிமம் வைத்திருக்காதவர்கள் குடிக்கும்பட்சத்தில் கைது செய்யப்பட்டு சிறையில் அடைக்கப்படுவார்கள்.)

உடனே சந்திரபாபு தனக்குத் தெரிந்த காவல் உயர் அதிகாரிக்குத் தொலைபேசியில் அழைப்பு விடுத்து, அவரிடம் ஜெயகாந்தனைப் பற்றிப் புகழ்ந்து, அப்படிப்பட்ட எழுத்தாளருடன் தான் குடிக்கப் போவதாக கூறுகிறார். ஜெயகாந்தனையும் அந்தக் காவல் அதிகாரியிடம் பேசவைக்கிறார். அதன் பின்னர் சந்திரபாபுவும் ஜெயகாந்தனும் நல்ல நண்பர்களாகி விடுகிறார்கள்.

ஜெயகாந்தனின் கம்பீரத் திமிருக்குக் காரணம் என்ன? அவரது படைப்புகள் தாம். இவரைப் போல வாழ்ந்த, வாழ்ந்து கொண்டிருக்கிற பலரை உதாரணமாகச் சொல்ல முடியும். பலரும் பாராட்டும் விதமாக ஒன்றைப் படைத்து விட்டபின் வரும் உணர்வுக்குப் பெயர் உள்ளதா என்று தெரியாது. இதை ஆணவம், தலைக்கனம் என்றெல்லாம் வகைப்படுத்த முடியாது. காரணம் மேற்சொன்ன உதாரணத்தில் குறிப்பிடப்பட்ட ஜெயகாந்தன் தன் நண்பர்களோடு அமர்ந்து அளவளாவும் பொழுது தன்னைச் சந்திக்க வரும் நண்பர்களில் எந்த வித்தியாசமும் பார்க்காதவர்.

முதலில் வருபவருக்குக் கொடுக்கப்படும் நாற்காலி அதற்குப் பிறகு வரும் எத்துணை பெரிய பிரபலமாக இருந்தாலும் மாற்றித் தரப்பட மாட்டாது. அவர் தரையில்தான் அமர்ந்து பேச வேண்டும். கூலித் தொழிலாளி நாற்காலியில் அமர்ந்து பேச, நடிகர் நாகேஷ் தரையில் அமர்ந்த நிகழ்வு எல்லாம் நடந்துள்ளது.

இது ஒரு நேர்மையான திமிர் என்று சொல்லலாம். படைப்பாளிகளுக்கு எப்போதும் திமிர் சற்று அதிகமாகவே இருக்கும். அதற்கு 'ஞானச்செருக்கு' என்று பெயர். அவர்களுக்குச் சற்றும் சளைக்காதவர்கள்தான் இயக்குநராக மாற முடிவெடுத்தவர்கள்.

"நான் படைப்பாளியாகப் போகிறவன். நான் பெரிதாகச் சாதிக்க போகிறவன்" என்ற எண்ணம் கற்பனையான ஒரு கிரீடத்தை அவர்களின் தலைகளில் பொருத்தி விடுகிறது. வாய்ப்புக் கிடைத்து முதல் படத்தில் வேலை செய்ய ஆரம்பித்த பிறகுதான் பலருக்கு எதார்த்தம் புரிகிறது.

சமீபத்தில் நடந்த படப்பிடிப்பு ஒன்றில் இயக்குநர், தயாரிப்பாளர், நடிகர்கள் அனைவரும் ஆளுக்கு ஒரு காரில் ஏறி அடுத்த ஸ்பாட்டுக்குச் சென்று விட, ஸ்பாட்டுக்கு செல்ல வேண்டிய ஸ்கிரிப்ட் பேப்பர்களையும் சில முக்கியமான ப்ராப்பர்ட்டிகளையும் சுமந்து வர வேண்டிய பொறுப்பு தரப்பட்டிருந்த உதவி இயக்குநரை எந்தக் காரிலும் யாரும் ஏற்றிக் கொள்ளத் தயாராக இல்லாத காரணத்தால், ஊர்பேர் தெரியாத ஊரில் நடுத்தெருவில் நிற்க வேண்டியிருந்தது. 15 நிமிடம் கழித்து செல்போனில் அழைத்து "எங்கடா

இருக்க..?"என்று கத்திய இயக்குநரிடம், "ஆளாளுக்கு கார்ல ஏறி ஓடுறதுலையே குறியா இருந்தீங்களே... கூடவந்தவன் என்ன ஆனான், எங்க போனான்னு யாராவது கவனிச்சீங்களா..? ஷூட்டிங் நடக்கிற நேரம் முழுக்க உங்க கூடவே இருக்கணும்னு சொல்ற நீங்க, ஷூட்டிங் முடிஞ்சு கிளம்பும்போது என்னையும் அழைச்சிட்டு போகணும்னு ஞாபகம் இல்லையா..?"என்று கத்த நினைத்து, நினைத்ததோடு அத்தனையையும் தொண்டையோடு விழுங்கி விட்டான்.

"எல்லா வண்டியும் கிளம்பிடுச்சு சார். நான் எப்படி வர்றது..? எங்க வர்றதுன்னு தெரியல." என்று அமைதியாகப் பதில் அளித்தான். அடுத்த ஐந்து நிமிடத்தில் வரவேண்டிய இடத்திற்கான கூகுள் லொகேஷன் வாட்ஸ் அப்பில் பகிரப்பட்டது. "ஆட்டோ பிடித்து வா. ஆட்டோவுக்கான தொகையை இங்கு வந்ததும் கொடுத்து விடுகிறோம்" என்று எக்ஸிக்யூட்டிவ் ப்ரொடியூசர் சொன்னார்.

வேறொரு இடத்தில் சாப்பிட்டுக் கொண்டிருந்த உதவி இயக்குநர் ஒருவரைக் கோபமாகக் கத்தி அழைத்த இயக்குநர், "கண்டினியூட்டி காஸ்ட்யூம் எங்கே..?"என்றுகேட்க, குறிப்பிட்டகாஸ்ட்யூம்களைக் காட்டி, "இதுதான் கண்டினியூட்டி காஸ்ட்யூம்" என்று உதவி இயக்குநர் சொல்ல, "அதனோடு சேர்த்து இன்னொரு காஸ்டியூமையும் கொண்டு வந்திருக்க வேண்டும்" என்று இயக்குநர் சொல்ல, முந்தைய நாள் பிளானிங்கில் அந்த காஸ்டியூம் தேவைப்படும் அந்த குறிப்பிட்ட சீன் எடுக்கப்படப் போவதாக கலந்தாலோசிக்காததை அந்த இயக்குநரிடம் உதவி இயக்குநர் சொல்ல, "ஒவ்வொரு வேலையும் சொன்னா மட்டும் தான் செய்வியா..?"என்று திட்டு

விழுந்ததுடன், "அடுத்த அஞ்சு நிமிஷத்துல அந்த காஸ்டியூம் இங்க இருக்கணும்" என்று உத்தரவு பிறப்பிக்கப்பட்டது.

கையைக் கழுவக்கூட நேரமில்லாமல் நியூஸ் பேப்பரில் துடைத்துக் கொண்டு, அரையும் குறையுமாகக் காய்ந்த எச்சில் கையோடு வண்டியை எடுத்துக்கொண்டு போய், காஸ்டியூம் ஆபீசிலிருந்து அந்தக் காஸ்டியூமை வாங்கிக் கொண்டுவந்து கொடுத்துவிட்டு, பாதி சாப்பிட்டுவிட்டு வைத்துவிட்டுப்போன காய்ந்த உணவை மீண்டும் சாப்பிட்டார் அந்த உதவி இயக்குநர்.

யாரோ செய்த தவறுக்கு நமக்கு திட்டி விழும். சொல்லிக்கொடுக்காத வேலையைச்செய்யச்சொல்லி விட்டு "இதுகூடச் செய்யத் தெரியாதா?" என்று கேட்டு திட்டு விழும். செய்துகொண்டிருக்கும் வேலை செய்து முடிக்கப்பட வேண்டிய நேரத்திற்கு முன்பே "இன்னும் இதை முடிக்கலையா..?" என்று திட்டு விழும். "சும்மா தானே இருக்கிறோம்..? இவனைக் கொஞ்ச நேரம் திட்டுவோம்" என்றும் சில சமயம் திட்டு விழும்.

கொடுமைக்கார மாமியாரிடம் சிக்கிய மருமகளைப் போல, எதற்கு எப்போது திட்டு விழும் என்றே தெரியாமல் பதட்டத்துடனேயே நாள் முழுக்க வேலை செய்ய வேண்டியிருக்கும்.

புதிதாக வருபவர்களையோ, அல்லது சினிமாவுக்கு முயற்சி செய்யும் எண்ணத்தில் இருப்பவர்களையோ பயமுறுத்துவதற்காக இது சொல்லப்படவில்லை. 'இத்தனைத் திட்டுக்களையும் அமைதியாகக் கடக்கும் பொறுமையை எப்படிப் பெறுவது..?' என்று சொல்வதற்காகத்தான் இவை சொல்லப்பட்டன.

ஜெயகாந்தனைப் போல ஞானச்செருக்குடன் இருந்தால், நிச்சயம் உங்களால் ஒரு உதவி இயக்குநராக ஜெயிக்க முடியாது. உலக இலக்கியம் படித்திருந்தாலும் சினிமாவைப் பற்றிய அத்தனை அறிவு இருந்தாலும் 'உதவி இயக்குநர்' என்று அட்டையை பிடித்துக் கொண்டு நிற்கும்போது உதாசீனப்படுத்தப்படுவோம். பல நேரங்களில் அவமானங்கள் நாம் எதிர்பார்க்காத அளவிற்கு நம்மைக் காயப்படுத்தும்.

ஒருவேளை நாம் வேலை செய்து கொண்டிருக்கும் இயக்குநரோ, அல்லது அந்தத் திரைப்படத்தின் கதாநாயகரோ, ஒரு பிரபலமான ஆளாக இருந்தால் படப்பிடிப்புத் தளத்தில் அவர்களைச் சந்திக்க ரசிகர்கள் முண்டியடிப்பார்கள். பிரபலக் கதாநாயகன் ஒருவரைப் பல கிலோ மீட்டர்கள் வாகனத்தில் துரத்தி வந்து, படப்பிடிப்புத் தளத்தில் அவர் வண்டியை விட்டு இறங்கும்போது அவரை மடக்கி ஒரு செல்ஃபி எடுத்துக் கொண்டு சந்தோஷமாக குதித்துக் கொண்டு சென்ற ரசிகனை நான் பார்த்திருக்கிறேன்.

இப்படித் துரத்தி வந்து செல்ஃபியோ, ஆட்டோகிராஃபோ கேட்கும் ரசிகர்கள் நம்மைக் கடந்துதான் அவர்களைச் சென்று சந்திப்பார்கள். கையில் ஸ்கிரிப்ட் பேப்பருடன் மொட்டை வெயிலில் வியர்வையைத் துடைத்துக் கொண்டு நிற்கும் நமக்கு எதிரில் ஒருவர் ரசிகர்களால் சூழப்படும் அந்தக் காட்சி பெரும் ஆதங்கத்தைக் கொடுக்கும். ஆனால் 'அதே இடத்தில் நாம் ஒருநாள் நிற்க, நம்மை யாரோ துரத்தித் துரத்தி செல்ஃபி எடுக்க வருவார்கள்' என்ற கற்பனை ஒரு கிலோ பூஸ்ட்டை ஒரேடியாகத் தின்றது போன்ற உத்வேகத்தை கொடுக்கும்.

இப்படிப்பட்ட ஆற்றல்தான் எந்தச் சூழலிலும் தன்னை தகவமைத்துக்கொண்டு வாழ வைக்கும். இந்த தகவமைப்புகளில் முக்கியமான ஒன்று தான் 'பொறுமை'.

"ரெண்டு வருஷம் முன்ன சென்னை வந்தேன். ஒரு படம் வேலை பார்த்தேன். அப்புறம் பெருசா சான்ஸ் எதுவும் கிடைக்கல. அதான் வேற வேலை தேடிக்கிட்டேன்" என்று சொன்னவர்கள் பத்துப் பேரையாவது பார்த்திருப்பேன். ஒரு படத்தோடு இந்தப் பயணத்தை முடித்துக்கொண்ட உதவி இயக்குநர்களின் எண்ணிக்கை, வாய்ப்புத் தேடிக்கொண்டிருப்பவர்களின் எண்ணிக்கைக்குச் சமமாக இருக்கும். தகுதியும், தகுதியை வளர்த்துக்கொள்ளும் ஆர்வமும் இல்லாதவர்கள் எழுபத்தைந்து சதவீதம் பேர் இருப்பார்கள். அவர்கள் ஒரு படத்தோடு நின்றதே சரி. வராததை 'வா வா' என வற்புறுத்த முடியாது. ஆனால் அத்தனைத் தகுதியும் இருந்தும் முயற்சியும் பொறுமையும் இல்லாத அவசரக்குடுக்கைகளால் சினிமாத்துறை 'ச்சீ.. ச்சீ... இந்தப் பழம் புளிக்கும்' என்று ஒதுக்கப்படுகிறது.

வெற்றி ஸ்பீட் பார்சல் சர்வீஸில் டெலிவரி செய்யப்படும் பொருள் அல்ல. ஆர்டர் செய்த அடுத்த நாளே வீட்டு வாசலில் இருக்க. சினிமாவைப் பொறுத்தவரை, பணிவும் பொறுமையும் மட்டுமே நமக்கான இடத்தில் நம்மைச் சேர்க்கும். அதுவும் வெறும் பொறுமையல்ல. எருமை அளவுக்குப் பொறுமை அவசியம்.

22. சில அத்தியாவசியங்கள்

ஆப்ரேட்டர்கூட கவனித்துப் பார்க்காத அளவுக்கு மிகக் கேவலமான திரைப்படம் ஒன்றிற்குத் தினமும் தவறாமல் மதியக்காட்சிக்கு வருகிறார் அந்த மனிதர். திரையரங்க மேலாளர் ஒருநாள் அவரை மடக்கி, "யோவ் அப்டி என்ன இருக்குன்னு இந்த மொக்கப் படத்துக்கு டெய்லி வர்ற..?"என்று கேட்கிறார்.

"அய்யா, இது செம மொக்கப் படம் என்று எனக்கும் தெரியும். ஆனால் ஒரு காட்சியில் கதாநாயகி குளிக்க ஆடைகளைக் கழட்டிக் கொண்டிருக்கிறாள். திடீரென்று நடுவில் ஒரு ரயில் வந்து விடுகிறது. ரயில் கடந்து சென்ற பிறகு அவள் குளத்தில் குளித்துக் கொண்டிருக்கிறாள். அந்த ரயில் என்றாவது ஒருநாள் தாமதமாக வந்து விடாதா? என்று பார்க்கத் தான் நான் தினமும் வந்து கொண்டிருக்கிறேன்" என்று சொல்கிறார்.

இந்த ஜோக்கில் உள்ள லாஜிக் அபத்தத்திற்கு ஈடான இன்னொரு அபத்தம் 'ஒரு செயலை ஒரே மாதிரியாகச் செய்துவிட்டு வெவ்வேறு பலன்களை

எதிர்பார்ப்பது'. அறிவியலாளர் ஆல்பர்ட் ஐன்ஸ்டீன் இதுபோல ஒரே மாதிரியான செயல்முறைகளைப் பின்பற்றி பல முறை செய்யப்பட்ட ஆராய்ச்சிக்கு பலவித வித்தியாசமான முடிவுகளை எதிர்பார்க்கும் செயலை "முட்டாள்தனம்" என்று குறிப்பிடுகிறார். எனவே வெற்றியடையத் தேவையான முக்கியமான விஷயங்களில் ஒன்று, நீங்கள் செய்யும் செயல்களைச் சற்று மாற்றிச் செய்வது, அப்படி முக்கியமாக மாற்ற வேண்டிய செயல்களின் தொகுப்பைத்தான் நாம் பார்க்கப் போகிறோம்.

எங்கே தவறு நடந்தது?

ஒவ்வொரு முறை தோல்வியடையும் போதும் நாம் செய்த செயல்களை ஒரு திரைப்படக் காட்சியை ரீவைண்ட் செய்து பார்ப்பது போல ஒவ்வொரு காட்சியாக மனதில் ஓட்டிப் பாருங்கள். நாம் தவறு செய்த இடம் நிச்சயம் நமக்குத் தென்படும். "என்ன தவறு? எப்போது செய்தோம்? அதை எப்படி மாற்றுவது?.." என்று யோசித்து மாற்றி விட்டால், அதற்கு அடுத்தடுத்த செயல்கள் அத்தனையும் மாறும். நமக்கு கிடைக்கும் இறுதி முடிவு வேறாக இருக்கும். அப்போதும் முடிவு தோல்விதான் என்றால், மீண்டும் விட்ட இடத்தில் இருந்து காட்சிகளை ரீவைண்ட் செய்து பாருங்கள். அடுத்த தவறு எங்கே என்று கண்டுபிடிப்போம். இதற்கு ஆங்கிலத்தில் "ட்ரையல் அண்ட் எரர்" என்று குறிப்பிடுவார்கள். ஒரு கட்டத்திற்கு மேல் எரர் எதுவும் இல்லாத பட்சத்தில், நாம் செய்யும் செயலும் வெற்றியை நோக்கி செல்லும்.

லேட்டரல் திங்க்கிங்

வேதியியல் ஆய்வுக்கூடங்களில், ஆராய்ச்சியாளர்கள் பல்வேறு வேதிப்பொருட்களையும் ஒன்றாகக்

கலந்து ஆய்வுக்குட்படுத்தி புதிய தனிமங்களையும் புதிய வேதிப்பொருட்களையும் கண்டுபிடிக்கும் செயல்களை நாம் அறிவோம். இதுபோல மனித இனம் ஆயிரக்கணக்கான ஆண்டுகளாகச் செய்து வரும் ஒரு வேதியியல் ஆராய்ச்சியின் இன்னொரு பெயர் தான் 'சமையல்.' ஒரு சமூகம் எந்த அளவிற்குப் பழமையான பாரம்பரியத்தை உடையது என்பதைக் கண்டறிய அவர்களின் உணவுப் பொருட்களின் பட்டியலையும் ஒரு உணவுப் பொருளில் கலக்கப்படும் பொருட்களின் எண்ணிக்கையையும் வைத்துக் கண்டறியலாம். இந்தியக் குடும்பங்களின் சமையல் அறையில் ஆராய்ச்சிக் கூடங்களில் சேமித்து வைக்கப்பட்டிருக்கும் வேதிப்பொருட்களை போலவே ஏகப்பட்ட மளிகைப் பொருட்கள் நிரம்பிக் கிடக்கும்.

'இந்த ஆராய்ச்சியின் ஒவ்வொரு விளைபொருளும் வினைபடு பொருட்களின் சுவையில் இருந்து மாறுபட்டு அதிகப்படியான சுவையுடைய பொருளாக இருக்க வேண்டும்' என்பதுதான் விதி.

ஆதிமனிதன் இயற்கையாக கிடைத்த தானியங்களையும் மாமிசத்தையும் பழங்களையும் கிடைத்தது கிடைத்தபடியே உண்டிருப்பான். முதல் சமையல் காட்டுத்தீயில் வெந்து போன மாமிசத்தையும் அந்த வெப்பத்தில் கருகாமல் பதமாக வெந்திருந்ததானியங்களையும்உண்ட மனிதர்களிடம் இருந்துதான் ஆரம்பித்திருக்க வேண்டும். "வெறும் கறியை நெருப்பில் வாட்டி உண்ணாமல், அதனோடு வேறு ஏதாவது கலந்து சாப்பிட்டுப் பார்க்கலாம்" என்று மாறுபட்டுச் சிந்தித்த அந்த முதல் மனிதன்தான் சமையற்கலையின் ஆதிநாதராக இருந்திருப்பான். சமையல்தான் மனிதனின் முதல் மாற்றுச் சிந்தனையாக இருந்திருக்கும்.

இன்று நாம் சாப்பிடும் சாம்பார் சுமார் 500 வருடங்கள் பழமையானது என்பதற்குச் சான்றுகள் கல்வெட்டுகள் மூலமாக கிடைக்கப் பெறுகிறது. அதற்கு முன்னர் வெறும் பருப்பை அவித்து உண்டு வந்தவர்கள், பருப்போடு சேர்ந்து இன்னபிற பொருட்களையும் கலந்து, "ஒவ்வொரு பொருளைச் சேர்க்கும் போதும் அதன் சுவை அதிகரிக்கிறதா? குறைகிறதா?" என்று ஆராய்ச்சி செய்து, இறுதியாகச் சாம்பார் கிடைத்திருக்க வேண்டும்.

குறிப்பு- "சாம்பார் ஒரு மராத்திய உணவு, முன்னூறு வருடங்களுக்கு முன்னால் தஞ்சைக்கு வந்த மராத்தியர்கள் நமக்கு அறிமுகப்படுத்தினார்கள்" என்று சிலர் வரலாற்றைத் திரிக்க முயல்கிறார்கள். மராத்தியர்கள் இன்னமும் வெறும் பருப்பை வேக வைத்து தால் என்று உண்கிறார்கள். ஸ்ரீரங்கம் கோயில் கல்வெட்டுகள் அதற்கும் முன்பிருந்தே நம்மிடம் 'சம்பாரம்' என்ற உணவு இருந்ததை நிரூபிக்கின்றன.

பச்சைக் காய்கறிகளையும் மாமிசங்களையும் தின்று கொண்டிருந்த மனிதர்களில், "அவற்றைச் சமைத்துச் சாப்பிடலாம்" என்று சிந்தித்தவன் மாறுபட்ட சிந்தனையாளனாக இருந்திருப்பான். அவனுடைய மாறுபட்ட சிந்தனைதான் மனித இனத்தின் உணவு சார்ந்த முன்னேற்றத்திற்குக் காரணமாக இருந்தது. அதுபோலத்தான் எந்தப் பிரச்சனைக்கும் அதற்கான தீர்வை முற்றிலும் மாறுபட்ட கோணத்தில் சிந்தித்துக் கண்டுபிடிப்பவன் விரைவில் வெற்றி பெறுகிறான். பெரும்பாலான வெற்றியாளர்களின் சிந்தனை இப்படி மாறுபட்டதாக இருந்தது என்பதை மறுக்க முடியாது.

வெறும் கதை, வசனம் மட்டுமல்லாது சினிமா சார்ந்த அத்தனை விஷயங்களையும் மாறுபட்ட கோணத்தில்

சிந்தித்து அணுகுபவர்கள் வெற்றியை விரைவாக நெருங்குவார்கள்.

வழிகாட்டிகள்

சோர்வாகவோ அல்லது குழப்பமாகவோ உணரும் தருணங்களில், நீங்கள் வழிகாட்டியாக, குருவாக, ஆலோசகராக நினைக்கும் ஒருவரை அழைத்து, அவரிடம் மனம்விட்டுப் பேசி, அடுத்தக்கட்ட நகர்வுகளைப் பற்றிக் கலந்துரையாடுங்கள். அவர்கள் சொல்லும் அறிவுரைகளைக் கேட்டு அதன்படி நடக்கப் பழகுங்கள். அந்தக் குறிப்பிட்ட நபர் உங்கள் துறை சார்ந்தவராகவோ, அல்லது துறை சாராதவராகவோ இருக்கலாம்.ன் ஆனால் அப்படியொரு வழிகாட்டி இருப்பது எப்போதும் அவசியம்.

குடும்பம்

குடும்பத்தை விட்டு விலகி வந்து இயக்குநராக முயற்சி செய்து கொண்டிருக்கும் பெரும்பாலானவர்கள் குடும்பத்தினருடன் அதிகம் தொடர்பில் இருப்பதில்லை. தீபாவளி, பொங்கலுக்கு மட்டும் ஊருக்குச் சென்று வந்துவிட்டு, இங்கேயே காலத்தைக் கடத்தும் உதவி இயக்குநர்கள் பல பேரைச் சந்தித்திருக்கிறேன். நம்மைவிட நம்மைப் பற்றி அதிகம் தெரிந்தவர்கள் குடும்பத்தினரும் நண்பர்களும் தான். அவர்களின் ஆலோசனைகளும் வழிகாட்டுதலும் கூட நமக்கு மிக முக்கியம்.

நேர்மறையான சிந்தனை

நம்மைச் சுற்றி எப்போதும் நேர்மறையான சிந்தனை கொண்டவர்களை வைத்திருப்பது மிகமிக முக்கியமானது. எதற்கெடுத்தாலும் "இது

ஆகாது. இது நடக்காது" என்று எதிர்மறையான சிந்தனை கொண்டவர்கள் தாங்களும் முன்னேறாமல், தங்களைச்சுற்றி இருப்பவர்களின் முன்னேற்றத்தையும் தடுத்துக் கொண்டிருப்பவர்கள்.

அவர்களைக் கடந்து வந்துவிட்டு மீண்டும் அவர்கள் நம்முடன் நெருங்க விடாமல் பார்த்துக் கொண்டாலே நம்முடைய வெற்றி 50 சதவீதம் நிச்சயமாகிவிடும்.

கதவு நிலை

ஆங்கிலத்தில் *Threshold level* என்று கூறப்படும் இந்தக் 'கதவு நிலை'யைப் பற்றி இதற்கு முன்பு நாம் கேள்விப்பட்டிருக்க வாய்ப்பில்லை.

ஓர் எளிய உதாரணத்தோடு சொல்வதென்றால்... *20 கிலோமீட்டர் ஓட வேண்டிய மாரத்தான் போட்டியில் மாரத்தான் ஓட்டப்பந்தய வீரர்கள், 100 மீட்டர், 400 மீட்டர் ஓட்டப்பந்தய வீரர்கள்,* தினமும் காலையில் உடற்பயிற்சிக்காக ஓடுபவர்கள், 'நானும் மாரத்தானில் கலந்து கொண்டேன்' என்று பெருமை பீத்தலுக்காகப் பதிவு செய்து ஓட வருபவர்கள், 'எல்லோரும் போறாங்க, நானும் போறேன்' என்று கிளம்பி வருபவர்கள் என ஆயிரக்கணக்கானவர்கள் ஓட ஆரம்பிப்பார்கள்.

ஆனால் இவர்களில் பெரும்பாலானவர்கள் மூன்று அல்லது நான்கு கிலோமீட்டர்களில் ஓட்டத்தை நிறுத்திக் கொள்வார்கள். அவர்களால் அதற்கு மேல் ஓட முடியாது. அதுதான் மாரத்தான் ஓட்டப்பந்தய வீரர்களின் கதவு நிலை எனப்படும். அதற்குப் பிறகுதான் நிஜமான மாரத்தான் ஆரம்பமாகும். அதுபோலவே உதவி இயக்குநராகும் இந்த ஓட்டப்பந்தயமும்.

ஓட ஆரம்பித்த ஆயிரம் உதவி இயக்குநர்களில் 90 சதவீதத்தினர் தங்கள் தகுதிகளை வளர்த்துக் கொள்ளாததாலோ, அல்லது தேவையான பயிற்சி இல்லாததாலோ, வேறு எதோவொரு காரணத்தாலோ தங்கள் ஓட்டத்தை நிறுத்தி விடுவார்கள்.

'உரிய தகுதிகளோடு இருக்கும் உதவி இயக்குநர்களில் எத்தனை பேர் இயக்குநர் ஆகிறார்கள்..?' என்பதுதான் அந்த நிஜ ஓட்டம். அந்தக் கதவு நிலையை அடைவதற்குத் தேவையான தகுதிகளை வளர்த்துக் கொள்ளத் தயாராக வேண்டும்.

தொடர் பயிற்சி

"ஒலிம்பிக் ஓட்டப்பந்தயத்தில் ஓடி தங்கம் வாங்கிட்டேன். இனி நான் பயிற்சி எடுக்கப் போவதில்லை" என்று சொல்லி இருந்தால் அடுத்த ஒலிம்பிக் ஓட்டப்பந்தயத்திற்கு தேர்வாகியே இருக்கமாட்டார் உசேன் போல்ட். ஒவ்வொரு முறை உலக சாதனை படைத்த பிறகும்கூட தன் சாதனையைத் தானே முறியடிக்கத் தொடர்ந்து பயிற்சி எடுத்துக் கொண்டிருந்தார் அவர். சினிமாவில் வரையறுக்கப்பட்ட பயிற்சி முறை என்று எதுவுமில்லை. தொடர் வாசிப்பும் சினிமா சார்ந்த தொழில்நுட்பங்கள் &தகவல்களைத் தொடர்ந்து மூளைக்குள் பதிவேற்றுவதும் போன்ற அறிவுசார் பயிற்சிகள் தான் அதிகம் தேவை. பயிற்சி என்பது வெற்றியடைய மட்டும் தேவையானது அல்ல. வெற்றியைத் தக்க வைக்கவும் தேவையானது.

தொடர்ந்து ஓடுவது

அனைத்துத் தகுதிகளையும் வைத்துக்கொண்டு 'தனக்கு வெற்றி சீக்கிரமாகக் கிடைக்கவில்லை'

என்று சலிப்படைந்து விலகுபவர்களைக் கண்டும் காணாமல் நமது இலக்கின் மீதே கண்ணும் கருத்துமாய் இருப்பதுதான் நம்மை வெற்றியாளனாகவோ அல்லது வெற்றியடையப் போகிறவனாகவோ மாற்றும்.

வெற்றியாளர்களிடம் இருக்கும் பொதுவான விஷயங்களின் தொகுப்பில் சில துளிகள் இவை. மேலும் உங்களுக்கு மிகவும் பிடித்த வெற்றியாளர்களைத் தொடர்ந்து கவனித்து அவர்களின் வெற்றிக்கான ரகசியத்தை நீங்களாவே ஆராய்ந்து பின்பற்றியும் வெற்றியடையலாம்.

23. திறக்கட்டும் கதவுகள்

எவரெஸ்ட் சிகரத்தின் உயரம் 8.8 கிமீ. அதற்கும் மேல் பயணிக்க இடமில்லை. சூப்பர் ஸ்டாரின் வாக்குப்படி "சிகரத்தை அடைந்தால் வானத்தில் ஏறு" என்றால் மனிதன் சென்ற அதிகபட்சத் தொலைவு மூன்று லட்சத்து எண்பத்து நாலாயிரத்து நானூறு கிலோமீட்டர். இது பூமியிலிருந்து நிலவுக்கான தூரம். எவரெஸ்ட் சிகரத்தை அடைந்தவர்களின் எண்ணிக்கை கிட்டத்தட்ட நான்காயிரம் இருக்கும். நிலவுக்குச் சென்று வந்த மனிதர்களின் எண்ணிக்கை பன்னிரண்டு. விண்வெளிக்குச் சென்றவர்களின் எண்ணிக்கை 600. மேல்நோக்கிப் பயணிக்க இத்தனை ஆர்வம் காட்டும் மனிதர்கள் பூமிக்குக் கீழ்நோக்கிப் பயணிக்க அதிகம் ஆர்வம் காட்டுவதில்லை. ஏனென்றால் அந்தப் பயணம் கடலுக்குள் செல்ல வேண்டியது.

'மரியானா அகழி' என்ற பெயரைக் கேள்விப் பட்டிருப்பீர்கள். பொதுஅறிவுத் தேர்வுகளில் கேட்கப் படும், 'கடலின் மிக ஆழமான பகுதி எது?' என்ற

கேள்விக்குப் பதிலாக குறிப்பிடப்பட்டிருக்கும் இடம்தான் இந்த மரியானா அகழி. போட்டித் தேர்வுகளுக்கு தயாராகும் அன்பர்களுக்கு தெரிந்திருக்கும்.

மிக ஆழமான பகுதி என்றதும் நாம் மிகப்பெரிய கிணற்றைக் கற்பனை செய்து வைத்திருப்போம். சிலர் மிகப்பெரிய மலைப் பள்ளத்தாக்கைக் கற்பனை செய்திருப்போம். இந்த மரியானா அகழியின் ஆழம் பத்துக் கிலோ மீட்டர்கள். இந்த அகழிக்குள் நாம் எவரெஸ்ட் மலையை தூக்கிப் போட்டால் எவரெஸ்ட் மலை இரண்டு கிலோமீட்டர் ஆழத்தில் இருக்கும். அதன் அகலம் அறுபத்தொன்பது கிலோமீட்டர். அதாவது இந்த அகழியின் ஒரு நுனியிலிருந்து பார்த்தால் இன்னொரு பக்கம் தெரியாது.

ஆழம், அகலம் இவ்வளவு என்றால், நீளம் நாம் கற்பனைகூடச் செய்து பார்க்க முடியாத அளவுக்கு அதிகம். கிட்டத்தட்ட இரண்டாயிரத்தைநூறு கிலோ மீட்டர். தமிழ்நாட்டில் ஆரம்பித்து டெல்லி வரை பத்துக் கிலோ மீட்டர் ஆழமும் அறுபத்தொன்பது கிலோமீட்டர் அகலமும் கொண்ட ஒரு பெரிய பள்ளத்தை வெட்டி எடுத்தால் எப்படி இருக்குமோ, அப்படிப்பட்டதுதான் இந்த மரியானா அகழி.

கடலின் பல்வேறு பகுதிகளின் ஆழத்தைக் கயிற்றின் நீளம் கொண்டு அளக்கப் புறப்பட்ட சாலஞ்சர் 1,2 கப்பல்களில் இருந்த கயிற்றின் மொத்த நீளமும் பற்றாமல் போகவே, இந்த இடத்தை நான்கைந்து முறை மீண்டும் மீண்டும் அளந்து இறுதியாக இதன் ஆழத்தை நவீனக் கருவிகளின் உதவியோடு பத்துக் கிலோமீட்டர் என்று கண்டறிந்தனர். தூரத்தைக் கண்டறிந்ததோடு 1960-ம் ஆண்டு அமெரிக்கக்

கடற்படை வீரர் ஒருவரும், ஸ்விட்சர்லாந்து கடல் குறிப்பு வல்லுனர் ஒருவரும் இணைந்து சுவிட்சர்லாந்தில் வடிவமைக்கப்பட்ட 'Trieste' என்ற நீர்மூழ்கிக் கப்பலின் உதவியோடு, இந்த மரியானா அகழிக்குள் இறங்கி அதன் அடிப்பகுதியை ஆராய்ந்தனர். அதன் பிறகு 52 வருடங்களுக்கும் மேலாக யாரும் அந்த மரியானா அகழியின் உள்ளே சென்று ஆராய்ச்சி செய்யவில்லை.

கடந்த 2012 -ம் ஆண்டு ஹாலிவுட் திரைப்பட இயக்குநர் 'ஜேம்ஸ் கேமரூன்' 'அவதார்' படத்தின் இரண்டாம் பாகமான 'அவதார் தி வே ஆஃப் வாட்டர்' இயக்குவதற்கு முன்பு மரியானா அகழியை ஒருமுறை ஆராய்ச்சி செய்து பார்க்க வேண்டும்" என்று கூறி, தனியாளாக யாருமே செல்லத் துணியாத அந்த மரியானா அகழிக்குள் பயணித்தார்.

ஏன் பயணித்தார்? கடல் சார் ஆராய்ச்சியாளர்கள் பலருமே செல்ல தயங்கிய ஒரு இடத்திற்கு ஒரு திரைப்பட இயக்குநர் செல்லக் காரணம் என்ன?

"திரையில் காட்டப்படாதவற்றை காட்ட வேண்டும்" என்ற ஆர்வம் தான்.

இயக்குநர் ஷங்கர் உலக அதிசயங்கள் அத்தனையையும் ஒரே பாடலில் காட்சிப்படுத்தி இருப்பார். எகிப்து (பிரமீடு), இத்தாலி (பைசா கோபுரம்), ரோம்(கொலோசியம்), சீனா(பெருஞ்சுவர்), இந்தியா (தாஜ்மஹால்), அமெரிக்கா (எம்பயர் ஸ்டேட் கட்டிடம்), பிரான்ஸ் (ஈஃபில் கோபுரம்). இந்த இடங்களுக்கு இடைப்பட்ட மொத்த தூரம் கிட்டத்தட்ட முப்பத்து மூன்றாயிரம் கி.மீ. உலகின் சுற்றளவே நாற்பதாயிரம் கி.மீக்கள் தான். இவ்வளவு மெனக்கடலுக்கும் அந்த ஆர்வம் தான் காரணம்.

"சீனப் பெருஞ்சுவரை இதுவரை நான் சினிமாவில் தான் பார்த்திருக்கிறேன்". இந்த வாக்கியம் நம்மில் பெரும்பாலானவருக்குப் பொருந்தக் கூடிய ஒன்று.

சீனப்பெருஞ்சுவர் மட்டுமல்ல, உலகின் பெரும்பாலான இடங்களை நாம் சினிமாவில் மட்டுமே பார்த்திருப்போம். இதுவரை சினிமாவில் அதிகம் காட்டப்படாத, காட்டினாலும் கிராபிக்ஸ் மூலம் பொய்யாகக் காட்டப்பட்ட ஒரே இடம் விண்வெளி மட்டுமே. தற்போது விண்வெளியிலும் படம் பிடிக்க டாம் குரூஸ் தயாராகிவிட்டார். ஆக, மனிதன் பார்க்காத பலவற்றைப் பார்க்க வைத்தது சினிமாதான். தெரியாத பல விஷயங்களைத் தெரிய வைத்தது சினிமா தான். நிஜத்தில் பார்க்கும் ஆச்சரியப்படுத்தும் பல விஷயங்களை இதுவரைக்கும் சினிமாவில் மட்டும்தான் பார்த்திருக்கிறேன் என்று ஆச்சரியமாகச் சொல்வது இயல்பான ஒன்றுதான்.

சினிமா ஒரு ஆகச்சிறந்த கல்விக்கூடம். இயக்குநர்கள் தான் அதில் ஆசிரியர்கள். ஆசிரியராகப் போகிறவர் வகுப்பறைக்குள் செல்லவே தயங்கினால் என்னாகும்..? நீங்கள் 'Atychiphobia' நோய் உள்ளவர்கள் என்றால் தயவு செய்து சினிமாத்துறை பக்கம் எட்டிக்கூடப் பார்க்காதீர்கள்.

'Atychiphobia' இருப்பவர்களால் சினிமாவில் மட்டுமல்ல.... வேறு எந்தத் துறையிலும் வெற்றி பெறவே முடியாது. முயற்சிக்கவே தயக்கம் காட்டுபவர்கள். அப்படியே முயன்று ஒருமுறை தோற்றுவிட்டால், அதோடு அந்த இடத்தை விட்டே ஓடி விடுவார்கள் அல்லது அடுத்த படிநிலையை நோக்கி நகராமல், ஒரே இடத்தில் நின்று கொண்டு,

காலடியில் வேர் முளைக்கும் அளவிற்கு ஒரே வேலையைச் செய்தபடி இருப்பார்கள். ஐம்பது மாணவர்கள் உள்ள வகுப்பறைக்குப் பாடம் எடுக்கப் போகின்ற ஆசிரியருக்கே *Atychiphobia* இருக்கக்கூடாது. இருந்தால் பாடத்தை ஒழுங்காக எடுக்க முடியாது. அப்படிப்பட்ட இந்த *'Atychiphobia'* என்பதன் தமிழ் அர்த்தம் "தோல்வி குறித்தான பயம்".

தோல்விபயம்எப்போதுவரும்? எப்படிவரும்? எப்படி எதிர்கொள்வது? என்றெல்லாம் பார்த்திருப்போம். ஆனால், நிஜத்தில் 'தோல்விக்கான அர்த்தம் என்ன?' என்பதைப் புரிந்துகொள்ள 'கஜினியின் முகமது' என்று அழைக்கப்படும் 'முகமது இபுன் சபுக்தசின்' என்பவரின் வரலாற்றைச் சொல்லலாம்.

கஜினிமுகமது இந்தியா மீது பதினேழு முறை போர் தொடுத்தார். பதினெட்டாவது முறையாக வெற்றி கண்டார் என்று விடாமுயற்சிக்கு உதாரணமாக இவர் வரலாற்றைப் பலரும் சொல்வதுண்டு. பதினேழு முறையும் அவரை இந்தியாவிலிருந்து அடித்து விரட்டப்பட்டது போலவும், பதினெட்டாவது முறை அவர் வென்று விட்டதாகவும், நமக்குச் சொல்லப்பட்டு வந்தது.

உண்மையில் கஜினி கிபி-1001ஆம் ஆண்டு முதல் முறையாக இந்திய மன்னர் ஜெயபால் மீது போர்தொடுத்ததில் இருந்து கடைசியாக 1025'ல் சோமநாதாபுரப் போர் வரை வென்றுகொண்டு தான் இருந்தார். முதல் ஒன்றிரண்டு போர்களிலாவது இந்திய மன்னர்கள் அவரை எதிர்த்துப் போரிட்டனர். அடுத்தடுத்த படையெடுப்புகளில் வருடத்திற்கு ஒருமுறை இன்பச்சுற்றுலா வருவதுபோல, போருக்கு வரும் கஜினியைப் பார்த்து தங்கள் கோட்டைகளைத் தாங்களாகவே காலிசெய்த கதைகளும் உண்டு.

கடைசியாக, சோமநாதபுரப்போரில் *3* நாட்கள் எதிர்த்துப் போரிட்டவர்கள் அந்தப் போரிலும் தோற்று கோவிலின் டன் கணக்கான தங்கத்தையும் இழக்கத்தான் செய்தார்கள். அத்தகைய மாபெரும் சுல்தானாக இருந்தார் கஜினி. ஒவ்வொரு போரின் முடிவிலும் கணக்கற்ற செல்வங்களைக் கடத்திச் சென்ற அந்தக் கொள்ளைக்காரன், தான் வென்ற எந்த நாட்டிலும் தன்ஆட்சியை நிலைநிறுத்த முயற்சிக்காமல் கொள்ளை அடிப்பதிலும் மதம் மாற்றுவதிலுமே குறியாக இருந்தான். வந்து வந்து கொள்ளையடித்துச் சென்றதை அவன் வெற்றி பெற்றதாகவே வரலாறு கருதவில்லை.

உதவி இயக்குநர் ஆகி நல்ல சம்பளம் கிடைத்ததும், இயக்குநர் ஆகும் முயற்சியைக் கிடப்பில் போடுபவர்களும் கஜினி முகமதுதான். முப்பது ஆண்டுகளாகவே உதவி இயக்குநராக இருப்பவர்கள் பலர் *atychiphobia* உள்ளவர்கள்தான். அவர்கள், அவர்களுக்கு முன்னாலிருக்கும் ‘இயக்குநர்’ நாற்காலியிலும் ஏறாமல், தனக்குப் பின்னால் காத்திருக்கும் ‘உதவி இயக்குநர்’ வாய்ப்புத் தேடுபவர்களுக்கு வழியும் விடாமல் அடைத்துக்கொண்டு நிற்பார்கள். வாய்ப்புத் தேடும் நிலையில் இருந்து ‘உதவி இயக்குநர்’ ஆவதற்கும் உதவி இயக்குநராக இருந்து இயக்குநராக ஆவதற்கும் *atychiphobia* இருக்கவே கூடாது. அப்படி இருந்தால் அதை அடித்துத் தூரத் துரத்திவிட்டு, ‘இந்த அசால்ட்டு முன்வெச்ச காலப் பின்னால வெக்கமாட்டான் சைடுலயும் வைக்கமாட்டான்’ என்று *TMT* கம்பி போல உறுதியான தன்னம்பிக்கையோடு களமிறங்கினால் கோடம்பாக்கம் கோட்டைக்கதவுகள் ஒருநாள் மத்தளம் முழங்க நமக்காகத் திறந்தே தீரும்.

***